सामर्थ्य विचारांचे

संग्राहक : प्रा. सतीश सूर्यवंशी

संपादक : श्रीराम ग. पचिंद्रे

सकाळ प्रकाशन

सकाळ प्रकाशन

सामर्थ्य विचारांचे

संग्राहक : **प्रा. सतीश सूर्यवंशी**

संपादक : **श्रीराम ग. पचिंद्रे**

पहिली आवृत्ती : ऑगस्ट २०२२

मुखपृष्ठ, मांडणी, सजावट
आणि मुद्रितशोधन : राज बकरे आणि राजवर्धन ग्राफिक्स, कोल्हापूर

प्रकाशक : सकाळ प्रकाशन

सकाळ मीडिया प्रा. लि.

५९५, बुधवार पेठ,

पुणे – ४११ ००२

संपर्क : ०२०-२४४० ५६७८ / ८८८८८ ४९०५०

: sakalprakashan@esakal.com

ISBN : 978-93-95139-26-7 Book Code : BK00622

अर्पणपत्रिका

सौ. संगीता सतीश सूर्यवंशी
हिच्या पवित्र स्मृतीस .....

ऋणनिर्देश

ज्यांनी मला हे पुस्तक लिहिण्यासाठी मोलाचे सहकार्य केले, त्यांचे ऋण मानायला मला आवडेल.

आमदार मकरंद पाटील, आमदार बाळासाहेब पाटील (माजी कॅबिनेट मंत्री सहकार व पणन), यांनी आपल्या बहुमोल वेळातून वेळ काढून पुस्तकासाठी शुभेच्छा दिल्या, त्याबद्दल मी त्यांचा आभारी आहे.

जनता शिक्षण संस्था वाईचे अध्यक्ष माजी आमदार मदनदादा भोसले, उपाध्यक्ष शंकरराव गाढवे, सचिव प्रा. डॉ. जयवंतराव चौधरी, सहसचिव प्रा. नारायणराव चौधरी, नंदकुमार भोसले, यशवंत जमदाडे. किसनवीर महाविद्यालयाचे प्राचार्य डॉ. गुरुनाथ फगरे, प्रा. विवेक सुपेकर, प्रा. गणेश चव्हाण, प्रा. बाळासाहेब कोकरे, प्रा. उमा गायकवाड, प्रा. सरिता वैराट, प्रमोद डेरे, दिलीप जाधव, सचिन खरे, रघुनाथ शेलार, जितेंद्र चव्हाण, महेंद्र कोळी, नितीन केसकर इत्यादींचा मी आभारी आहे.

तसेच किसनवीर महाविद्यालयातील ग्रंथालय विभागातील ग्रंथपाल डॉ. शिवाजीराव कांबळे, धनंजय जाधव, बाळासाहेब टेमकर, संजय शिंदे. लोकमान्य टिळक ग्रंथालयातील अनिल जोशी, डॉ. मेघा साळवेकर, अमित वाडकर, श्रीमती स्वाती देवधर, जयश्री देशमुख, रोहित भुजबळ. पद्मश्री डॉ. ग. गो. जाधव ग्रंथालयातील सौ. सुनीता कदम, बाबासाहेब गाडे, सौ. साधना राऊत, कु. प्रतीक्षा पवार, घनश्याम गाडे. इत्यादींनी मला वेळोवेळी ग्रंथालयातील पुस्तके उपलब्ध करून दिली, त्याबद्दल मी त्यांचा आभारी आहे.

खरंतर हे विचार पुस्तक रूपाने छापण्याची कल्पना विकास शिंदे यांची. यासाठी त्यांनी सर्वतोपरी सहकार्य केले आहे. प्रा. शामराव शिंदे, प्रा. डॉ. महेश गायकवाड, अनिल चौधरी, राजेंद्र सावंत, अमृतशेठ ओसवाल, वर्षा चव्हाण, सुकेशनी खंडागळे, प्रवीण शिंदे, सचिन शिंदे, विजय मांढरे, गणेश लाड या माझ्या मित्र परिवाराचाही मी आभारी आहे.

माझे वडील वसंतराव सूर्यवंशी, बंधू सुनील सूर्यवंशी, मधुकर सूर्यवंशी, माझ्या कन्या डॉ. सौ. तृष्णा सकपाळ, ॲड. कृपा काळे, कु. ऐश्वर्या सूर्यवंशी यांनी मला माझ्या पत्नीच्या निधनानंतर मानसिक आधार व प्रोत्साहन दिले, त्यामुळेच मी हे काम करू शकलो.

तसेच माझी नातवंडे, मिताली, मायरा, अर्णव, राजस्वी, वेदांग, अष्ना, अनन्या, तन्वी, मानस, मनस्व, आर्यन, समीक्षा, आरुष, अन्वय इत्यादींनी माझ्या जीवनाला

प्रेरणा व दिशा दिली.

'सकाळ प्रकाशन'चे महेंद्र पिसाळ, आशुतोष रामगीर, अमृता देसरडा. सातारा 'सकाळ' ऑफिसमधील राजेश सोळस्कर, राजेश निंबाळकर, संजय कदम.

कोल्हापूर ऑफिसचे श्रीराम पचिंद्रे यांनी हे पुस्तक छापण्यासाठी खूप मोठे सहकार्य केले. त्यांचे मनःपूर्वक आभार.

आपण आजपर्यंत केलेल्या ज्ञानदानाच्या पवित्र कार्याबरोबरच, भारतीय अनेक थोर विचारवंत आणि पाश्चिमात्य थोर विचारवंत यांच्या विचार संग्रहांचा गेल्या पाच वर्षांपासून अभ्यास करून, त्यातील काही मौलिक सुविचारांचा आजच्या तरुण पिढीला आणि भावी पिढीला उपयोग व्हावा व त्याचे आचरण व्हावे, या दृष्टीने आपण पुस्तक प्रकाशित करत आहात, याचा मला अभिमान आहे.

आपण प्रकाशित करत असलेले हे मौलिक सुविचारांचे पुस्तक, आजच्या तरुण पिढीला आणि भावी पिढीला निश्चितच मार्गदर्शक ठरेल. आपल्या या कार्यास आणि प्रकाशित होत असलेल्या पुस्तकास शुभेच्छा!

आ. बाळासाहेब पाटील,

(कराड उत्तर, सदस्य महाराष्ट्र विधानसभा.)

माजी कॅबिनेट मंत्री सरकार व पणन, महाराष्ट्र शासन.

भारतीय व पाश्चात्य विचारवंत, महान विभूती यांच्या विचारांनी अवघे विश्व समृद्ध केले आहे. महनीय विचारवंतांची सुवचने, सुविचार मानव समाजाला सदैव प्रेरणादायक ठरतात. जीवनाची वाटचाल करताना सुविचार हे सावलीसारखे सोबत करतात, त्यातून माणसाचे जीवन योग्य दिशा घेते. संस्कृतीला अलंकाराप्रमाणे सुविचार सुसौंदर्य देतात.

माझ्या वाई विधानसभा मतदार संघातील प्रा. सतीश सूर्यवंशी यांनी पाच वर्षे उत्तमोत्तम सुविचारांचा शोध घेतला, त्यांचे संकलन केले व सकाळ प्रकाशन पुणे यांच्याकडून ते पुस्तकरूपात प्रकाशित होत आहेत, याचा खूप आनंद वाटला. प्रा. सतीश सूर्यवंशी यांच्या सुविचार संकलन पुस्तकाने अनेक विचारांचा सुवर्णस्पर्श होईल, प्रेरणा लाभेल. आपण ह्या सुविचारांचे पुस्तक आवर्जून वाचाल, असा मला विश्वास आहे.

प्रा. सतीश सूर्यवंशी यांना मनःपूर्वक हार्दिक शुभेच्छा!

आ. मकरंद पाटील,

विधानसभा सदस्य, वाई मतदार संघ.

प्रा. सतीश सूर्यवंशी यांनी महत् प्रयत्नाने सुमारे हजारहून अधिक सुविचार संग्रहित करून पुस्तकरूपाने प्रसिद्ध करण्याचा मानस केला आहे. या 'सु'बोध सुविचार संग्रहामध्ये त्यांनी थोरामोठ्यांचे सुविचार नमूद केलेले आहेत. त्यामध्ये समाजातील विद्वान, तत्त्वज्ञ, शास्त्रज्ञ, शिक्षणतज्ज्ञ, साहित्यिक, लेखक, संत, समाजसुधारक, राजकीय मोठ्या व्यक्ती इत्यादींच्या सुविचारांचा समावेश केला आहे. प्रस्तुत साहित्यास ' सु'बोध सुविचार किंवा 'सु'बोध वचने असे म्हटले तरी चालेल. यामध्ये आपल्या भारतीय तसेच पाश्चात्त्य विद्वानांचे सुविचार एकत्रितरीत्या वाचावयास मिळतात, ज्यामुळे सुशिक्षित, सुसंस्कृत व सजग समाज घडविण्यास मदतच होईल. तसेच भावी पिढी, वाचक, हितचिंतक या सुविचार संग्रहाचे उत्स्फूर्त स्वागतच करतील.

प्रा. सतीश सूर्यवंशी यांच्या या स्तुत्य उपक्रमास माझ्या हार्दिक शुभेच्छा!

ज. बा. संकपाळ,

माजी सचिव, महाराष्ट्र राज्य मराठी विश्वकोश निर्मिती मंडळ.

आम्हा चित्रपट, मालिका लेखकांना संवाद अतिशय टोकदार लिहावे लागतात, तेव्हाच कुठे ते प्रेक्षकांच्या काळजात घुसतात. त्यातही काही थोरामोठ्यांच्या संदर्भासहित त्यांची वचने, मते ही संवादात आली, तर त्यातली प्रगल्भतासुद्धा दिसून येते. यासाठी वाचन हवेच. पण त्यासाठी तितका वेळसुद्धा द्यावा लागतो. आपल्याला आवडलेल्या ओळी स्मरणात किंवा टिपणात ठेवाव्या लागतात, हे सगळं काही सोपं काम नाही. त्यामुळे सूर्यवंशी सरांनी केलेले हे पुस्तक 'बायबल'सारखे उपयोगी पडणार, याची खात्री आहे. फक्त आमच्यासारख्या सिनेलेखकांनाच नव्हे, तर शिक्षक, विद्यार्थी, मोटिव्हेशनल स्पीकर, नेतेमंडळी या सगळ्यांनाच हे पुस्तक सुविचार किंवा विविध दाखले देण्यासाठी उपयुक्त ठरणार आहे. त्यामुळे वाढदिवसाला शेकडो लेखकांच्या शब्दसुमनांना एकत्र केलेला हा बुके भेट म्हणून दिल्यास याखेरीज दुसरी कोणती उत्तम भेट असूच शकत नाही. या पुस्तकाबद्दल एवढेच म्हणावे लागेल. वाचा. प्रेरित व्हा आणि यशस्वी व्हा!

तेजपाल जयंत वाघ, अभिनेता, निर्माता आणि सिने लेखक

लागीर झालं जी, टोटल हुब्लाक, कारभारी लयभारी, मन झालं बाजिंद (मालिका)

टी. टी. एम. एम., पळशीची पी. टी. (चित्रपट)

मानवी जीवन हे अनेक चिंता आणि घटना यांनी वेढलेले आहे. प्रत्येकाचे प्रश्न वेगळे. चिंतनातून आणि अनुभवातून स्फुरणारे शब्द नि:संदेश व्यथितांना दिलासा देतात. पथदर्शक होतात. सहजी त्यांना सुविचार, सुभाषिते, चिंतनिका यांचे स्वरूप प्राप्त होते. ज्ञानसागरातील असे शिंपले प्रा. सतीश सूर्यवंशी यांनी आपल्या मर्मज्ञ नजरेने वेचून घेतले. ते टिपले. त्याचा हा संग्रह. सर्वसाहित्यविश्वात फेरफटका मारून त्यांनी संग्रहित केलेले विचारधन आता सर्वांपर्यंत पोहोचविण्याचे त्यांनी केलेले हे कार्य अत्यंत स्तुत्य आहे. वाचा. विचार करा. प्रभावित व्हा. याचा पुढचा भाग म्हणजे एकाच विचारवंतांची वा एकाच विषयावरची वचने, असाही उपक्रम हाती घेता येईल.

सतीश कुलकर्णी,
ज्येष्ठ विचारवंत, वाई.

संग्रह हा माणसाचा स्थायीभाव आहे. त्यात संग्रह, चिरंतन विचारांचा असेल, तर प्रश्नच नाही. आदरणीय श्री. सूर्यवंशी सरांचे त्यांच्या एकूणच वाचन व्यासंगाचा परिपाक असलेले व भारतीय विचारवंतांपासून आंतरराष्ट्रीय विचारवंतांपर्यंत ख्यातनाम विचारवंतांच्या विचारांचे सार ज्या पुस्तकात समाविष्ट आहे. असे पुस्तक म्हणजे वाचकांसाठी पर्वणीच आहे.

सरांच्या या संग्रहातून त्यांची व्यासंगी वृत्ती व सातत्याने काहीतरी करण्याची धडपड प्रतीत होते. पुस्तकाचे खास वैशिष्ट्य म्हणजे कोणत्याही पानापासून सुरुवात करता येते, अन् आपली बौद्धिक भूक भागविता येते. पुस्तकरूपाने संकलित झालेले हे विचार आपणास चिंतन करायला भाग पडतात. काही विचार यशाच्या गुरुकिल्लीप्रमाणे वाटतात, तर काही आत्मपरीक्षण करायला भाग पाडतात.

एक चांगले पुस्तक चांगल्या मित्राच्या बरोबरीचे असते आणि एक चांगला मित्र ग्रंथालयाच्या बरोबरीचा असतो. हे डॉ. ए. पी. जे. अब्दुल कलाम यांचे विचार आपणाला चांगले ग्रंथ आणि चांगले मित्र या दोघांची थोरवी सांगतात. अनेक प्रेरणादायी विचारांचे संकलन असलेले हे पुस्तक आपणास नक्कीच निखळ आनंद देईल, यात शंका नाही.

आदरणीय श्री. सूर्यवंशी सर यांनी हे ज्ञानभांडार सर्वांना खुले केले

त्याबद्दल धन्यवाद व पुढील वाटचालीस हार्दिक शुभेच्छा..!

सुधीर महामुनी,

गटशिक्षणाधिकारी, पंचायत समिती वाई.

प्रा. सतीश सूर्यवंशी माझे शिक्षक, त्यांनी संकलित केलेले सुविचार हे आपल्या जीवनात दिशादर्शक आहेत. धकाधकीच्या, तणावग्रस्त जगण्यात सूर्यवंशी सरांनी संकलित केलेला संग्रह दिलासादायक आणि मार्गदर्शक ठरेल, याची मला खात्री आहे. जगभरातील विविध क्षेत्रांतील प्रतिभावान व्यक्तींच्या जीवनानुभवातून घेतलेले हे सुविचार. त्यात थोरो, लिंकनपासून विनोबाजींपर्यंत सर्वांचे विचार आपल्याला आढळतात. विशेषत: तरुणपिढीसाठी हा संग्रह मार्गदर्शक ठरेल.

प्रा. डॉ. नीरज हातेकर,

निवृत्त प्राध्यापक अर्थशास्त्र, मुंबई विद्यापीठ, अर्थतज्ज्ञ फेलो,

केम्ब्रिज विद्यापीठ, केम्ब्रिज, युके.

महात्मा गांधी

१) ईश्वराची नावे तर अनेक आहेत, परंतु एकच नाव शोधून काढावयाचे असेल, तर ते सत्य आहे. म्हणूनच सत्य हाच ईश्वर आहे.

२) आपल्याला सर्व धर्माविषयी आदर आणि कृतज्ञतेची भावना असली पाहिजे. दुसऱ्या धर्माच्या अभ्यासाने धर्माविषयी भावना कमकुवत होत नाही, त्याचा अर्थ अन्य धर्माबद्दल आदर बाळगणे होय.

३) प्रत्येक धर्मातील संत, महात्मे, धर्मगुरू हे सारखाच विचार मांडतात. सर्व धर्मामधील समान तत्त्वे विद्यार्थ्यांच्या मनावर बिंबवणे हेच खरे धार्मिक शिक्षण होय.

४) मनुष्य बोलण्याने जेवढा घोटाळा करतो, तेवढा गुपचूप राहिल्याने करीत नाही.

५) कितीही काम असले तरी जेवणासाठी जसा आपण वेळ काढतो, तसा व्यायामासाठी काढला पाहिजे.

६) जेव्हा माणसाचा तोल सुटतो, तेव्हा त्याने मौन स्वीकारून मन शांत झाल्यावरच बोलावे.

७) कवी एक असा मानव आहे, की ज्याच्याजवळ मनुष्याच्या आंतरिक गूढ भावनांना जागृत करण्याचे सामर्थ्य असते.

८) शिक्षण म्हणजे माणसाच्या शरीर, मन व चैतन्यातील उत्कृष्टतेची अभिव्यक्ती.

९) ज्याची परमेश्वरावर दृढ निष्ठा असेल, असाच मनुष्य अहिंसा धर्माचे पालन यथार्थाने करू शकतो.

१०) जो माणसाला योग्य कृती करण्याची प्रेरणा देतो तो ईश्वर. जे जे चैतन्यमय आहे त्या सर्वांची गोळाबेरीज म्हणजे ईश्वर.

११) तुम्ही कितीही मोठे असाल व तुमची बुद्धिमत्ता कितीही मोठी असली, तरी संपूर्ण विश्वात तुमचे स्थान एखाद्या बारीक ठिपक्यासारखे आहे, याची जाणीव होण्याइतपत विनम्रपणा तुमच्यात हवा.

१२) तोंड मिटणे म्हणजे मौनव्रत नव्हे, ज्याला बोलण्याची योग्यता असूनही जो निरर्थक बडबड करीत नाही, तो खरा मौनी.

१३) चूक तेव्हाच संपते, की जेव्हा ती दुरुस्त केली जाते. चूक जर दडपून टाकली, तर ती गळवाप्रमाणे फुटते आणि भयंकर रूप धारण करते.

१४) ग्रंथ हे मन स्वच्छ करण्याचे साधन आहेत.

१५) माणूस हा मुळातच सामाजिक प्राणी आहे. त्यामुळे माणसाचं एकमेकांवर अवलंबून असणं एकदम नैसर्गिक आहे. माणसाचं स्वावलंबी असणं आणि समाजातील लोकांचं एकमेकांवर अवलंबून असणं, ही एकसमान आणि आवश्यक बाब आहे.

१६) जगातील तीन चतुर्थांश समस्या आणि गैरसमज फक्त समोरच्याचा जागी जाऊन विचार केल्याने संपतील. जेव्हा आपण समोरच्याचा दृष्टिकोन समजून घ्यायला जातो, तेव्हा आपली समज वाढते आणि आपला दृष्टिकोनही बदलतो.

१७) जगात बदल घडवायचा असेल तर प्रथम स्वत:मध्ये बदल घडवा.

१८) तुम्ही मानवतेवरचा विश्वास गमावू नका. मानवता हा महासागर आहे. महासागराचे काही थेंब दूषित असले, तरी महासागर दूषित होत नाही.

१९) आपल्याला जो बदल जगात बघायचा आहे, त्याची सुरुवात आपण आपल्यापासूनच केली पाहिजे.

२०) तुम्ही मागितलंच नाही तर तुम्हाला मिळणारच नाही.

एलिनर रुझवेल्ट

२१) जीवनाच उद्दिष्ट जगणं असतं, अनुभवांची मजा लुटणं असतं. निर्भयपणे नवनवीन आणि समृद्ध अशी अनुभवाची मजा लुटणं असतं.

२२) जो अनुभव घेताना, तुम्ही चेहऱ्यावरची भीती पाहायला खरंच थांबता, तो प्रत्येक अनुभव तुम्हाला शक्ती, धीर आणि विश्वास देतो.

२३) स्वप्नं पाहण्यातली सुंदरता ज्यांना माहीत असते, त्यांचा भविष्यकाळ अर्थपूर्ण असतो.

स्वामी विवेकानंद

२४) परिस्थिती सुधारत नाही, तर तीत बदल घडवून आणल्याने आपण सुधारतो.

२५) धर्म म्हणजे माणसातील दैवी शक्तीचा आविष्कार. शिक्षण म्हणजे माणसातील पूर्णत्वाचा आविष्कार.

२६) आज्ञाधारकपणा, तत्परता, कार्याविषयी प्रेम या तीन गोष्टी असल्यावर तुमचा यशाचा मार्ग मोकळा होतो.

२७) आपण मानवप्राणी स्वतःचा दुबळेपणा, दोष कबूल करायला मुळीच तयार नसतो. सर्वसाधारण माणूस स्वतःच्या आयुष्यातले सगळे दोष, सगळ्या चुका आपल्या शेजाऱ्यावर लादू पाहत असतो, ते न जमल्यास ईश्वरावर लादू पाहतो.

२८) जी व्यक्ती दुसऱ्यावर उपकार करण्यासाठी स्वतःच्या स्वार्थास तिलांजली देते, जी संपूर्ण आत्मत्यागी आहे, तीच सर्वश्रेष्ठ व्यक्ती होय.

२९) ईश्वर प्रेम करतो; म्हणूनच तो अनासक्त आहे.

३०) जोवर तुमची श्रद्धा स्वतःवर नाही, तोवर तुम्ही ईश्वरावर श्रद्धा ठेवू शकत नाही.

३१) विस्मृती ही जीवनात शिकण्यासारखी एक मुख्य गोष्ट आहे.

३२) आपण मालकाप्रमाणे काम केले पाहिजे, गुलामासारखे नाही.

स्वामी दयानंद सरस्वती

३३) क्रोध ही दुर्बलतेची निशाणी आहे.

३४) मोठ्या माणसाच्या अभिमानापेक्षा माणसाची श्रद्धा पुष्कळ काम करू शकते.

३५) सर्व व्याधींवर एकमात्र महान औषध म्हणजे परमेश्वराचे स्मरण हेच होय.

थॉमस कार्लाईल

३६) ज्याचे मन प्रसन्न आहे, आनंदाने भरलेले आहे, तो कोणतेही काम करीत असो, वेगळा उठून दिसेलच. त्याचा उत्साह हा सतत कायम राहणारा असेल. त्याचे काम नेहमी उत्तम असेल.

३७) माणसाच्या अंतरंगाचा खजिना उघडणारा हास्य हा मंत्र आहे.

३८) मोठ्या माणसाच्या मोठेपणाची प्रचिती तेव्हा येते, जेव्हा तो हाताखालच्या लोकांना चांगले वागवतो.

३९) आपला सर्वात मोठा दोष म्हणजे कोणतेच अवधान न बाळगणे हा होय.

४०) पूर्ण नम्रता अंगी असल्याशिवाय सत्य सापडत नाही.

४१) सतत प्रेम करत राहणारी, पुढेही करणारी, विलक्षण ममतेनं प्रेम करणारी, ज्यामध्ये कोणत्याही दु:खानं किंवा माझ्या हातून घडलेल्या एखाद्या अपराधानंही कधी अंतर पडू शकणार नाही, ती तूच! माझी आई.

४२) या विश्वात एकच मंदिर आहे. ते म्हणजे मानवी शरीर. आपण जेव्हा मानवी शरीराला स्पर्श करतो, तेव्हा आपण वस्तुत: स्वर्गाला स्पर्श करीत असतो.

४३) प्रत्येक संकटावर इलाज असतो. प्रत्येक चिंता दूर होण्यासारखी असते. प्रत्येक माणसाजवळ लहानसा का होईना गुण असतोच आणि कर्तृत्व असतेच. काही लोकांना अनेक गोष्टीत ओंगळपणा आणि बिघाड दिसतो. परंतु, आशावादी माणूस त्यातच सौंदर्य पाहू शकतो.

व्यंकटेश माडगुळकर

४४) माझ्या लेखणाची भाषा गुऱ्हाळावर बोलावून रस द्यावा, तशी लोकांनीच मला दिली आहे.

४५) प्रत्येक चांगला नकलाकार हा संभाव्य नट असतो आणि प्रत्येक चांगला वाचक हा संभाव्य लेखक असतो.

राल्फ वाल्डो इमर्सन

४६) खरी कळकळ हाच बुद्धिमत्तेचा, त्याचप्रमाणे चारित्र्याचा पाया असतो.

४७) इतरांच्या बाबतीत जे पाप असते, तेच आपल्याबाबतीत मात्र प्रयोग असते.

४८) धन मिळविण्यापेक्षा ते मिळाल्यावर कसे खर्च करायचे, हे काम जास्त कठीण आहे.

४९) नेहमी अज्ञानापोटीच भयाची निर्मिती होत असते.

५०) मनापासून आणि एकाग्रतेने काम केले, की जीवन यशस्वी होते.

५१) स्पष्ट विचार त्यांचे चित्र रंगवण्याचे सामर्थ्य देतात. ते विचार जितके खोल असतात, त्या प्रमाणात ते सर्वांसमोर मांडण्याची प्रेरणा मिळते.

५२) आळसाने खंगून जाण्यापेक्षा श्रम करून झिजून जाणे अधिक चांगले.

५३) आपण ज्या गोष्टींवर मात केली आहे, त्यातूनच आपण बळ मिळवतो.

५४) माणूस तितकाच स्वतंत्र असतो, जितका स्वतंत्र असल्याचा तो विचार करतो.

५५) महान माणसे ती आहेत, जी हे पाहू शकतात की विचार जगावर सत्ता गाजवतात.

५६) एकही प्रश्न न विचारता, आपल्याला सापडलेले चांगले तेवढेच जर आपण घेतले, तर आपल्याला असंख्य उपाय सापडतील.

५७) चांगलं पुस्तक लिहिणारा, चांगलं प्रवचन करणारा किंवा चांगला पिंजरा तयार करणारा माणूस विजनवासात राहत असला, तरी पायवाट तयार करून जग त्याच्याकडे जाईल.

५८) सामान्य माणसांतील अद्‌भुत शक्ती ओळखणे हीच अचल शहाणपणाची खूण होय.

५९) ज्याची तुम्हाला अतिशय भीती वाटते तीच गोष्ट करा, म्हणजे भीतीचा अंत अटळ आहे.

६०) ज्यांना जिंकण्याचा विश्वास वाटतो तेच जिंकतात. दररोज जो मनुष्य भयाला ओलांडून पुढे जात नाही, अशा माणसाने जीवनाचा पहिलाच धडा शिकलेला नाही.

६१) वस्तुस्थिती जाणून घ्या, तिला आपलेसे करा. सर्वात महत्त्वाची आहे ती तळमळ अन् तळमळीचा उगम आहे प्रामाणिकपणा.

६२) निसर्गातील सर्वोत्तम गोष्ट आहे आत्मा आणि म्हणूनच निसर्गाने त्याला विचार करणारे हृदय आणि मेंदू जे इतरांची सेवा करू शकतात, मोबदला म्हणून दिले आहेत.

६३) सगळीकडे चांगले शोधण्याचा कल ही मानसिक स्वास्थ्याची मोजपट्टी आहे.

६४) प्रत्येक माणूस या ना त्या परीने माझा वरिष्ठ असतो. मी त्याच्यापासून शिकू शकतो.

६५) उत्साह ही प्रयत्नांची माता आहे आणि तिच्याशिवाय कोणतेही मोठे कार्य होऊ शकलेले नाही.

६६) तुमचा अंश हीच सर्वोत्तम भेट होय.

६७) मित्र असण्यासाठी आधी तुम्हाला मित्र बनावे लागते. ज्याला मित्र असतात ती व्यक्ती निरर्थक असू शकत नाही.

६८) प्रत्येक मनुष्य स्वतःला मदत केल्याशिवाय दुसऱ्याला कधीही मनापासून मदत करत नाही. आयुष्यातल्या हा एक सुंदर मोबदला आहे.

६९) खूप काळोख्या रात्रीच तुम्ही चांदण्या पाहू शकता.

७०) आपला भूतकाळ आणि आपला भविष्यकाळ यापेक्षाही आपलं सद्यस्थितीतलं आंतरिक सामर्थ्य खूप महत्त्वाचं आहे.

७१) गरीब आहे असे वाटणे म्हणजे गरिबी.

कबीर

७२) प्रेम पापी लोकांनाही सुधारत असते.

गौतम बुद्ध

७३) दुसऱ्यापेक्षा अधिक सुखी होण्याची इच्छा बाळगली नाही, तर प्रत्येक माणूस सुखी होईल.

७४) आपण जे काही आहोत ते म्हणजे आपल्या विचारांचा परिणाम आहोत आणि आपण जो विचार करत आहोत, त्यामुळे भविष्यातील आपण घडत आहोत.

७५) ज्या पद्धतीने आपण लोकांशी वागत असतो, ती आज नाही उद्या आपल्यावर उलटल्याखेरीज राहत नाही.

७६) मोठा आनंद मिळविण्यासाठी जी माणसं छोट्या सुखावर पाणी सोडतात, तीच खरी शहाणी असतात.

७७) आपल्या संचित पापाचा परिणाम म्हणजे दु:ख होय.

७८) विनम्र वृत्ती हे सर्व दैवी गुणांचे मूळ आहे.

७९) दुसरे काय करतात वा करत नाहीत, तिकडे लक्ष देऊ नका. तर आपण काय करत नाही वा करतो, तिकडे लक्ष ठेवा.

८०) दुसऱ्याच्या चुका शोधणे सोपे असते. आपल्या चुका ओळखणे अवघड असते.

८१) शब्दांमध्ये विनाश करण्याची आणि तो भरून काढण्याची अशी दोन्ही ताकद असते. जेव्हा शब्द सच्चेही असतात आणि प्रेमळही, तेव्हा ते आपले जगच बदलून टाकू शकतात.

८२) एखादा माणूस जेव्हा वाईट विचार बोलत असतो किंवा तसे वागत असतो, त्याच्या वाट्याला वेदनाच येतात. एखादा माणूस चांगले विचार करत असेल किंवा चांगले वागत असेल, तर त्याच्या आयुष्यात आनंद हा त्याच्या सावलीसारखा बरोबर राहतो.

८३) तिरस्काराने तिरस्काराला जिंकता येत नाही. तिरस्काराला प्रेमाने जिंकता येते. हाच नियम निरंतर आहे.

८४) राग धरून ठेवणे म्हणजे जळता निखारा हातात घेऊन तो दुसऱ्याच्या अंगावर भिरकावण्यासारखे असते, यात तुम्ही स्वतःलाही दुखापत करून घेता.

८५) आपण कोणते काम चांगल्या पद्धतीने करू शकतो, हे प्रथम तुम्ही शोधा व त्यानंतर जन्मभर ते मनापासून करा.

८६) जग हे एका मृगजळासारखे आहे, ही बाब एखादा हुशार माणूस ओळखून असतो. त्यामुळे हे जग खरे आहे असे मानून तो चालत नाही. त्यामुळे तो दुःखापासून दूर राहतो.

रविंद्रनाथ टागोर

८७) जो मनुष्य आपल्या मनाची वेदना, मनातील दुःख स्पष्टपणे दुसऱ्यांना सांगू शकत नाही त्याला अधिक राग येत असतो.

८८) शिक्षण म्हणजे मनाला जे अंतिम सत्याचा शोध घेण्यास समर्थ बनविते व असे अंतिम सत्य आपणास अज्ञानाच्या धुक्याच्या बंधनातून मुक्त करते व आपल्याला सत्तेऐवजी प्रेम आणि संपत्तीऐवजी भौतिक आत्मप्रकाशाची संपत्ती देते.

८९) थोडे वाचणे; पण अधिक विचार करणे, थोडे बोलणे; पण अधिक ऐकणे हाच बुद्धिमान बनण्याचा उपाय आहे.

९०) ज्याप्रमाणे पक्ष्यांचे आश्रयस्थान घरटे असते, त्याप्रमाणे आपल्या वाणीचे आश्रयस्थान मौन असते.

९१) पायदळी चुरगळलेली फुले चुरगळणाऱ्याच्या पायाला आपला सुगंध अर्पण करतात. खऱ्या क्षमेचेही तेच कार्य आहे.

९२) श्रद्धा हा असा पक्षी आहे, की पहाटेच्या गर्द काळोखात त्याला प्रकाशाची चाहूल लागून तो गाऊ लागतो.

९३) फुलांच्या पाकळ्या तोडून काही फुलांचे सौंदर्य कुणाच्या पदरात पडणार नाही.

बेंजामिन फ्रँकलिन

९४) वेळकाढू लोक दरवर्षी नवेनवे संकल्प, दुसऱ्या दिवशी मोडून टाकण्यासाठीच करतात. जे तुम्ही आज करू शकत असाल, ते उद्यासाठी कधीही ठेवू नका.

९५) टाइम इज मनी.

९६) अनुभवाचे विद्यालय हे सर्वांत उत्तम विद्यालय असते.

९७) अतिकष्ट व संकटे सहन केल्यानंतर मनुष्य ज्ञानी व विनम्र बनतो.

९८) अथांग परिश्रमानेच सफलता प्राप्त होत असते, केवळ विचार करीत बसल्याने नव्हे.

९९) तुमच्या सल्ल्यापेक्षा तुमच्या दैनंदिन जीवनाचे अनुकरण करण्याकडे तुमच्या मुलांचा कल असतो, हे नेहमी लक्षात ठेवा.

१००) मित्र निवडताना चोखंदळ रहा आणि मित्र बदलताना तर अधिकच चोखंदळ व्हा.

१०१) तुम्हाला उशीर होऊ शकतो पण वेळेला नाही.

१०२) सामान्य लोक वेळ कसा घालवायचा याबद्दल विचार करतात, तर महान लोक वेळेचा उपयोग कसा करायचा, हा विचार करतात.

१०३) खेळ म्हणजे शरीर आणि मनासाठी वंगनच असत.

१०४) तुमचे आयुष्यवर प्रेम आहे? मग वेळ वाया घालवू नका, कारण त्यापासून तर आयुष्य बनलेले आहे.

१०५) ज्या वेळी विहीर कोरडी पडते त्यावेळीच आपल्याला पाण्याची खरी किंमत कळते.

१०६) मूर्ख माणसाचं हृदय त्याच्या तोंडात (बोलण्यात) असतं; पण शहाण्या माणसाचं तोंडच (बोलणं) मुळी त्याच्या हृदयात असतं.

१०७) मी कोणाबद्दल वाईट बोलणार नाही. मला माहीत असलेल्या प्रत्येकाविषयी सगळे चांगलेच बोलेन.

विल्यम शेक्सपियर

१०८) जगामध्ये कोणतीही वस्तू चांगली किंवा वाईट असत नाही, आपले विचारच ती वस्तू चांगली किंवा वाईट बनवतात.

१०९) प्रेम सर्वांवर करा, विश्वास थोड्यांवर ठेवा; पण द्वेष मात्र कोणाचाच करू नका.

११०) तिरस्कारामुळे झालेली जखम स्मितामुळे भरून निघते.

१११) सुंदर फुले हळूवारपणे उमलत जातात, तर गवत झपाट्याने उगवत असते.

११२) मौनव्रत म्हणजे आनंदाची ललकारी आहे.

११३) आपण कोण आहोत हे आपणास माहीत असावे; पण आपण कोण होणार आहोत, हे मात्र आपल्याला समजत नाही.

११४) जगामध्ये चांगलं वा वाईट असं काही नसतं. आपला दृष्टिकोनच तसं ठरवत असतो.

११५) चढ यशस्वीपणे चढून जाण्यासाठी प्रारंभी वेग मंद असावा लागतो.

११६) प्रत्येक मुलामध्ये आई आपल्या तारुण्याचं प्रतिबिंब पाहत असते. तसंच ती आई तिच्या आईची प्रतिकृती असते. तुमच्या म्हातारपणात तुम्ही तुमच्या मुलांमधून स्वतःच तरुणपण अनुभवता.

११७) शहाणी माणसे कधीच आपल्या पराभवाचे पोवाडे गात बसत नाहीत. ती आनंदाने आपल्या दुःखावर मलमपट्टी करतात.

११८) आधी तुमचे हात हातात घ्या आणि या जोडलेल्या हातांनी तुमची मनं जोडा!

११९) शरीराला समृद्ध करणारे मन असते.

१२०) कोणतीच गोष्ट चांगली किंवा वाईट नसते. विचार त्यांना तसे बनवतात.

विनोबा भावे

१२१) कोणत्याही कामाची चांगली तयारी केल्याशिवाय त्या कामाला आरंभ न करणे आणि सुरू केलेले काम पूर्ण करूनच हातावेगळे करणे, हे बुद्धीचे पहिले लक्षण असते.

१२२) ग्रंथप्रामाण्य म्हणजे ग्रंथाचा अर्थ लक्षात घेऊन, तो प्रमाण मानणे. अर्थ लक्षात न घेता ग्रंथ ब्रह्मरूप मानावा ही मूर्तिपूजा होय.

१२३) भगवद्‌गीता जशी कुरुक्षेत्रात, तसे शिक्षण जीवनक्षेत्रात मिळू शकेल.

१२४) भाषा पोस्टमनचे काम करते. मी जर पत्रात काही लिहिलेच नाही, तर पोस्टमन तो कोरा कागदही पोहोचवील. भाषा म्हणजे विद्येचे वाहन.

१२५) एरव्ही ज्या गोष्टी स्वप्नातही येणार नाहीत, त्या साध्या प्रार्थनेने साध्य होतात.

१२६) यशस्वी शिक्षण हा यशस्वी जीवनाचा पाया आहे.

१२७) ईश्वर शुभही नाही आणि अशुभही नाही अथवा तो शुभही आहे आणि अशुभही आहे. अथवा तो केवळ शुभ आहे.

१२८) शिष्य कितीही विद्वान असला, तरी गुरुजनांच्या हाताखाली वागताना त्याची विद्वत्ता मावळतेच.

१२९) सर्वच प्रश्न सोडवून सुटणारे नसतात, काही प्रश्न सोडून दिले की सुटतात.

१३०) ठेच दोन तऱ्हांनी लागते, मुळीच न पाहिल्यामुळे किंवा फार दूर पाहत राहिल्यामुळे.

१३१) स्त्रियांनी ज्ञानाच्या गोष्टी ऐकू नयेत अशी ईश्वराची योजना असेल, तर त्याने त्यांना कान दिलेच कशाला असते? पुरुषाप्रमाणे स्त्रियांना ज्ञानचर्चा ऐकण्याची व करण्याची संधी मिळाली पाहिजे. ज्ञानाशिवाय मुक्ती नाही, म्हणून स्त्रियांना ज्ञानाची संधी मिळालीच पाहिजे, समाजाला प्रगती करायची असेल तर ज्ञानाच्या क्षेत्रातून स्त्री–पुरुष भेदाचे उच्चाटन झाले पाहिजे.

१३२) सुप्त चैतन्य वा निद्रिस्त शक्ती जागृत करण्याचे एक साधन म्हणजे शिक्षण.

१३३) गांधीजींनी दाखवलेल्या मार्गानंच जगात शांती आणि स्वतंत्रता प्रस्थापित होईल.

१३४) आईने मला बालवयातच दानाची दीक्षा दिली. ती माझ्या मनात इतकी खोलवर रुजली, की त्यातूनच भूदानाच्या संकल्पनेचा जन्म झाला. माझ्यावर जर तिने दानाचे संस्कार केले नसते, तर मला भूदानाच्या चळवळीची प्रेरणा झालीच नसती.

डॉ. सर्वपल्ली राधाकृष्णन

१३५) अत्तर लावताना लावणाऱ्याच्या हाताला लागते. सुखाचेही तसेच आहे. दुसऱ्याला सुख देताना ते आपल्यालाही मिळते.

१३६) खरा धर्म माणसाच्या हृदयात असतो, तो मानवी कर्मकांडात नाही. माणसाच्या आध्यात्मिक स्वरूपांवर त्याचा विश्वास आहे. विशेषत: मानवी आत्म्याच्या देवत्वावर तो विश्वास ठेवतो. सर्वच धर्म यावर विश्वास ठेवतात. स्वत:मध्ये असलेल्या शक्तीद्वारे तो उच्च दर्जाची प्रगती साधतो. तो कष्ट व दु:ख कमी करून अंधारावर प्रभुत्व मिळवू शकतो.

१३७) वास्तवतेच्या स्वरूपाचा तर्कशुद्ध शोध म्हणजे तत्त्वज्ञान.

१३८) समाजातील शिक्षकाचे स्थान अत्यंत महत्त्वाचे आहे. पारंपरिक ज्ञानाचे आणि तांत्रिक कौशल्याचे संक्रमण एका पिढीकडून दुसऱ्या पिढीकडे करण्याच्या प्रक्रियेतील तो मुख्य आधार आहे. तोच संस्कृतीचा नंदादीप प्रज्वलित ठेवतो. तो फक्त विद्यार्थ्यांना मार्गदर्शन करतो असे नाही, तर तो राष्ट्राचे भवितव्य घडवतो. समाजातील आपली जबाबदारी शिक्षकांनी ओळखली पाहिजे.

१३९) शिक्षण म्हणजे केवळ बौद्धिक धडाडी नव्हे, माणसाच्या विविध प्रवृत्ती आणि भावना यांना परिस्थितीनुरुप सुसंस्कृत वळण लावणे म्हणजे शिक्षण होय.

१४०) सुखांना सोबत लागते; पण दु:खाला एकटेपणानेच जगावे लागते.

कन्फ्युशियस

१४१) फळांनी लगडलेल्या वृक्षांच्या शाखा ज्याप्रमाणे खाली वाकतात, त्याप्रमाणे महान लोक त्यांच्या महानतेने लीन बनतात.

१४२) सर्व सद्गुणांचा सुंदर पाया म्हणजे नम्रता.

१४३) जो स्वत:च्या कुटुंबास शिकवून सुधारू शकत नाही, तो जगासही शिकवू शकत नाही.

१४४) जेव्हा राग येतो तेव्हा मनुष्याने प्रथम त्याच्या परिणामांचा विचार करावा.

१४५) तुमचा अहंकार कदाचित दुसऱ्यांना डंख करील, परंतु तुमचे तर अध:पतनच करेल.

१४६) दुसऱ्यासाठी दयाशील व कोमल बना, परंतु स्वत:साठी अत्यंत कठोर बना.

१४७) जीवन अत्यंत साधं असतं, परंतु आपण त्याला क्लिष्ट बनवतो.

१४८) अज्ञानता ही एक अशी रात्र आहे, की ज्यात चंद्र किंवा तारे नाहीत.

१४९) तुम्ही जसं घडायच ठरवलं, तसंच तुम्ही घडाल.

जॉन रस्किन

१५०) मित्र ढालीसारखा असला पाहिजे; म्हणजे तो सुखात तुमच्या मागे, परंतु दु:खाच्या वेळी तो तुमच्या पुढे असला पाहिजे.

१५१) प्रत्येक राष्ट्राला सांस्कृतिक आणि सामाजिक जीवनाचे प्रतिबिंब त्याच्या कलेत आढळते.

१५२) महान व्यक्तीचे मुख्य लक्षण म्हणजे त्याच्या अंगी असणारी नम्रता.

१५३) अहंकार माणसाला फुलवतो; परंतु त्याला कधीही आधार देत नाही.

१५४) मनुष्याने केलेल्या परिश्रमाचं खरं बक्षीस त्याला काय मिळालं हे नसून, त्या परिश्रमामुळे तो काय बनला, हे आहे.

नेपोलियन हिल

१५५) जेव्हा माणूस न थांबता प्रयत्न करीत राहतो, तेव्हा त्या प्रयत्नांतूनच त्याला यश मिळतं.

१५६) तुम्हाला जर लवकरात लवकर सर्वोत्तम यश मिळवायचं असेल, तर इतरांना यशस्वी होण्यास मदत करा.

१५७) आपलं मन ज्याची कल्पना करतं आणि ज्यावर विश्वास ठेवतं, ते प्रत्यक्ष साध्य करू शकतं.

१५८) एखादी गोष्ट घडवून आणण्यासाठीच रहस्य म्हणजे त्यासाठी कृती करणं. यशस्वी होण्यासाठीचा सर्वोत्तम मार्ग म्हणजे, सुसूत्रपणे मांडलेले विचार आणि त्या मागोमाग केलेली कृती.

१५९) निसर्गाला कोणी कधी फसवू शकत नाही वा त्याच्याशी लबाडीही करू शकत नाही. निसर्गाच्या साहाय्यानेच प्रत्येक व्यक्तीला आपल्या कष्टाचं फळ प्राप्त होत असतं.

१६०) एखादं काम होऊच शकणार नाही. ते तुम्हाला कोणी सांगितल? आणि ज्यांनी सांगितलं त्यांच्याकडे खरंच तुमची योग्यता पारखण्याची क्षमता आहे का?

१६१) स्वत:च्या योग्यतेवर विश्वास ठेवणं हीच यशस्वी होण्याची गुरुकिल्ली आहे.

१६२) ज्यांच्याशी आपले मतभेद आहेत, त्यांच्याबरोबर लढत, भांडत बसण्यापेक्षा त्यांच्याशी हातमिळवणी करणं शहाणपणाचं असतं.

१६३) जर कल्पनाशक्तीला कृतीची जोड मिळाली नाही, तर ती नष्ट पावते. जेव्हा आपण आपल्या कल्पनांना कृतीची जोड देतो, तेव्हा त्याला नवसंजीवनी मिळते.

१६४) जमिनीच्या उत्खननातून प्राप्त होणाऱ्या सोन्यापेक्षा अधिक सोने विचारांच्या उत्खननातून प्राप्त होत असते.

१६५) कायम समोरच्यांसाठी मदतीचा हात पुढे करण हा मदत प्राप्त करण्याचा सर्वात चांगला मार्ग आहे.

१६६)	बोललेल्या शब्दातून तात्पुरत्या भावना व्यक्त होतात. लिहून ठेवलेले शब्द समाजावर कायमस्वरूपी छाप सोडतात.

१६७)	माणसांमधील उणिवा, दोष हे बागेत उगवणाऱ्या तणाप्रमाणे असतात. बागेची वेळोवेळी मशागत केली नाही, तर हे तण वाढतच राहते. हे तण जर काढून टाकले नाही, तर आपली मूळं घट्ट करत राहते.

१६८)	तुम्हाला तुमच्या नशिबाने गोडऐवजी लिंबासारख आंबट फळ दिलं, तर तक्रार करू नका. त्या लिंबापासून स्वादिष्ट असं सरबत बनवा आणि तहानेने व्याकूळ झालेल्यांची तहान भागवा.

खलिल जिब्रान

१६९)	खरोखर महान तोच की जो कोणावर वर्चस्व गाजवत नाही व त्याच्यावर कोणी वर्चस्व गाजवू शकत नाही.

१७०)	आई असंख्य काव्य जगते; पण ती एकसुद्धा कविता लिहू शकत नाही. मातेच्या ह्रदयात जे गाणे मूकपणाने वावरत असते, तेच मुलाच्या ओठांवर नाचत राहते.

१७१)	शिक्षक तुम्हाला त्याची विद्वत्ता देत नसतो, तर त्याचा विश्वास आणि प्रेम देत असतो.

१७२)	आठवण म्हणजे एक प्रकारे भेटण्याचाच प्रकार होय.

१७३)	देव आणि देवांच्या स्वरूपाविषयी माणसांची मते त्यांच्या आवडीनिवडी व गरजा यातून बनलेली असतात.

१७४)	तुम्ही काहीतरी दुसऱ्याला देता तेव्हा तुमच्यातलं थोडंसं देता. तुम्ही सर्वस्वानं स्वतःला जेव्हा दुसऱ्याकडे द्याल, तेव्हा ते खरं देणं असेल.

१७५)	आपल्या कामातूनच आपण इतरांचे प्रेम (मन) जिंकू शकतो.

नेपोलियन बोनापार्ट

१७६) मी झोपी गेल्यानंतर जर एखादी चांगली बातमी सांगावयाची असेल, तर मला मुळीच जागे करू नका. कारण चांगल्या बातमीत कसलीच घाई नसते. पण जर एखादी वाईट बातमी असेल, तर मला लगेच उठवा. कारण अशा वेळी एक क्षणही दवडून चालणार नाही.

१७७) कोणतीही गोष्ट अधिक चांगली व्हावी, असे वाटत असेल तर त्यासाठी स्वतः कष्ट केले पाहिजे.

१७८) मला माझ्या पायांच्या मर्यादा ठाऊक आहेत; पण कामाच्या मर्यादा ठाऊक नाहीत.

१७९) हास्याची उधळण करणारे बदमाशही असू शकतात.

१८०) विजय ही दृढ इच्छाशक्तीची परिणती आहे.

१८१) पन्नास वर्षे जगल्यावर मी माझ्या आयुष्यात काय शिकलो असेन, तर तुम्ही स्वत:च फक्त तुमच्या आयुष्यात शांती आणू शकता, दुसरे कोणी नाही.

यशवंतराव चव्हाण

१८२) अल्पमतात असतील त्यांना विश्वासात घेऊन बहुमताने जे राज्य चालते, तेच बहुमताचे राज्य अशी माझी व्याख्या असून, तीच खरी लोकशाही आहे.

१८३) लोकसाहित्याचे पहिले अमृतपान मी केले, ते माझ्या आईने म्हटलेल्या जात्यावरच्या ओव्या ऐकत असताना त्या ओव्यात जिव्हाळा होता. कौटुंबिक संबंधाचा ओलावा होता.

१८४) ज्ञानभाषा आणि लोकभाषा एक झाल्याशिवाय समाजाचे जीवन समर्थ होत नाही, विकास होत नाही.

१८५) ग्रंथवाचनाने माणूस मोठा झाला नाही, तरी शहाणा जरूर होतो.

हेलन केलर

१८६) ज्यांना दृष्टी आहे पण दूरदृष्टी नाही, तो जगातील सर्वांत दयनीय प्राणी आहे.

१८७) लख्ख प्रकाशात एकट्याने चालण्यापेक्षा, काळ्याकुट्ट अंधारात मित्राबरोबर चालणे मी जास्त पसंत करेन.

१८८) अनेक परंपरागत अनुभवांची मालिका, म्हणजे आयुष्य! ते जाणतेपणानं, शहाणपणानंच जगायला हवं.

१८९) कोणंतही व्यक्तिमत्त्व सहजगत्या, शांतपणे घडत नसत. निरनिराळ्या कडू–गोड अनुभवांतून, तसंच त्रासदायक परिस्थितीतून आत्मा कणखर होत असतो, दूरदृष्टी मिळू शकते. महत्त्वाकांक्षेची प्रेरणा मिळते आणि यशाकडे वाटचाल होते.

१९०) जगातल्या सर्वात उत्तम आणि सुंदर गोष्टी डोळ्यांना दिसू शकत नाहीत त्यांना आपण स्पर्शही करू शकत नाही. त्या फक्त ह्रदयात जाणवतात.

१९१) तुमच्या भीतीपासून दूर पळून जाणं हे चुकीचं धोरण आहे.

१९२) एक दार बंद झाले तर दुसरे उघडते. परंतु बंद दाराकडेच आपण निराश होऊन इतका वेळा बघत असतो, की उघड्या दाराकडे लक्ष जात नाही.

१९३) मला भव्य उदात्त कार्य करायची तीव्र इच्छा असते; पण माझं मुख्य कर्तव्य आहे, छोटी छोटी कामं खूप भव्य, उदात्त आहेत असं समजून ती पूर्ण करणं.

१९४) अगदी उच्च प्रतीचा आनंद तेव्हाच मिळेल, जेव्हा त्यात काही अडचणी असतील. पर्वत शिखरांचा आनंद समोर दरी असेल तरच जास्त घेता येतो.

चॅम्फर्ट

१९५) ज्या दिवशी आपण अजिबात हसणार नाही, तो दिवस वाया घालवला म्हणून समजा.

जॉर्ज बर्नार्ड शॉ

१९६) आयुष्यात दोन प्रकारची दुःखे आहेत. एक जे हवे ते मिळविणे आणि दुसरे जे हवे ते न मिळविणे.

१९७) जीवन म्हणजे सतत प्रज्वलित राहणारी एक ज्वाला आहे. मूल जन्माला येतं तेव्हा ती जास्त जोमानं पुन्हा प्रज्वलित होते.

१९८) देशासाठी व मानवतेसाठी कोणालाही जर सर्वात उत्तम समाजकार्य वाटत असेल, तर ते म्हणजे आपल्या स्वतःच्या मुलांवर उत्तम संस्कार करणे.

१९९) जगासाठी व मानवासाठी केलं जाणारं सर्वात महत्त्वाचं सामाजिक कार्य म्हणजे कोणत्याही व्यक्तीने आपल्या कुटुंबाचं केलेलं संगोपन.

२००) माझं असं मत आहे, की माझं संपूर्ण आयुष्य समाजासाठी आहे आणि जोवर मी जिवंत आहे, तोवर त्याच्यासाठी मी काहीतरी केलं पाहिजे. मी मरेपर्यंत जगासाठी माझ्या जीवनाचा जास्त उपयोग झाला पाहिजे. मी जितके जास्त परिश्रम करेन, तितकाच मी जास्त जगेन.

२०१) स्वतःला निर्मळ आणि तेजस्वी बनवा. कारण ज्यातून तुम्हाला जगाकडे बघायचं आहे, ती खिडकी तुम्हीच आहात.

कार्ल मार्क्स

२०२) धर्म ही अफूची गोळी आहे.

२०३) जर परिस्थिती माणसाला घडवत असेल, तर त्या परिस्थितीला मानवी वळण देणे हे आपले आद्य कर्तव्य ठरते.

होरेस

२०४) कठीण प्रसंगामध्ये मनुष्याचे ते गुण बाहेर येतात, जे एरव्ही सगळं सुरळीत चालू असताना निद्रित राहिलेले असतात.

रुडयार्ड किपलिंग

२०५) उंच उंच अति उंच पर्वताच्या टोकावर जर मला फाशी द्यावयास नेले, तर माझ्या संगतीला कोणती गोष्ट येणार असेल, तर ती माझ्या मातेची माझ्यावरील माया.

२०६) जीवनातील महत्त्वाच्या घटना एकत्र करून ठेवण्याचे अत्यंत उत्तम स्थान म्हणजे तुमचे हृदय.

२०७) अपयशाबाबत आपल्याकडे कोटी कोटी कारणं असतात, पण माफी मात्र एकही नसते.

२०८) प्रत्येक माणसामध्ये जे उत्तम आहे ते पाहणे, त्यावर विश्वास ठेवणे याला मी प्राधान्य देतो, त्यामुळे कितीतरी त्रास वाचतो.

२०९) कधी कधी तुमचे स्वत:चे भय जगातील सगळ्या खोटारड्यांपैकी सर्वांत जास्त खोटारडे असते.

ॲरिस्टॉटल

२१०) दोन जिवांमध्ये एकच आत्मा असणे म्हणजे मैत्री.

२११) शिक्षण म्हणजे सुदृढ शरीरात सुदृढ मन तयार करणे, शिक्षण विशेषत: मानवी मनाची अशी शक्ती विकसित करते, की तो (माणूस) सत्य, शिव व सौंदर्य हे सर्वोच्च विचार असणाऱ्या पूर्ण आनंदाचा अनुभव घेऊ शकतो.

२१२) आनंद हा जीवनाचा अर्थ आहे. जीवनाचे ध्येय आहे, मानवाच्या अस्तित्वाचे प्रमुख उद्दिष्ट आहे आणि इतिश्रीदेखील आहे.

२१३) आनंद पूर्णपणे आपल्यावर अवलंबून असतो.

२१४) राग कोणालाही येऊ शकतो. रागावणे फार सोपे आहे; परंतु योग्य व्यक्तीवर, योग्य प्रमाणात, योग्य वेळी, योग्य कारणासाठी आणि योग्य रीतीने रागावणे हे मात्र सोपे नाही.

अब्राहम लिंकन

२१५) मी जर हास्य विनोदात मन रमविले नसते आणि मनावरील काळोखी दूर केली नसती, तर मी यापूर्वीच मेलो असतो.

२१६) माझ्या यशस्वी जीवनाचे रहस्य म्हणजे माझा मानसिक समतोल आहे.

२१७) मनुष्याला आपल्या दारिद्र्याची लाज वाटता कामा नये, वाटली पाहिजे ती आपल्या दुर्गुणांची.

२१८) मला तो माणूस आवडत नाही. मला त्याला आणखी चांगल्या प्रकारे जाणून घ्यायला हवे.

२१९) इतर कुठल्याही गोष्टीपेक्षा यशापर्यंत जाण्याचा तुमचा निश्चय सगळ्यात महत्त्वाचा आहे.

२२०) अखंड गतिशीलतेची भावना ही प्रत्येकाच्या मनात जागृत असतेच. प्रयत्नांची पराकाष्टा करण हे आपलं परमकर्तव्य असतं व या कर्तव्यात मी कधीही कसूर करणार नाही.

२२१) सगळ्या महत्त्वाच्या, धाडसी कामांमध्ये ईश्वरी शक्ती नेहमीच तुमच्या बरोबर असते, यावर श्रद्धा ठेवा.

सॉक्रेटिस

२२२) वाऱ्याने पोकळ फुगे फुगतात, तसे मूर्ख लोक स्तुतीने फुगतात.

२२३) जग सुधारण्याची इच्छा असेल तर त्याची सुरुवात स्वतः:पासून करा.

२२४) दुसरा आपल्याशी जसे वागतो त्याचा संताप येत असेल, तर आपणही त्याच्याशी तसे वागू नये.

२२५) मला फक्त एकच गोष्ट माहिती आहे आणि ती म्हणजे मला काहीच माहिती नाही.

२२६) ज्या जीवनाचं परीक्षण होत नाही, असं जीवन व्यर्थ आहे.

मदर तेरेसा

२२७) ज्याच्याशी मैत्री करता तो परिपूर्ण होईल, अशी अपेक्षा कधीही करू नका; मात्र तो परिपूर्ण कसा होईल, यासाठी त्याला हवी ती मदत जरूर करा.

२२८) माणसावर मोकळ्या मायेचा वर्षाव करा, तुम्ही घेतलेल्या काळजीमुळे, दिलेल्या निरागस आनंदामुळे समोरची व्यक्ती फुलल्याशिवाय राहणार नाही.

२२९) तुमच्या आयुष्यात शांती नसेल, तर त्याचं कारण एकच; आपण एकमेकांशी बांधले गेलो आहोत, हे आपण विसरलो आहोत.

२३०) जिथे जाल तिथे प्रेमाचा वर्षाव करा. सुरुवात करा आपल्या घरापासूनच. आपल्या मुलांवर, पत्नीवर, पतीवर, अगदी आपल्या शेजाऱ्यापाजाऱ्यावर प्रेम करा. तुमच्या सान्निध्यात आलेली प्रत्येक व्यक्ती सुखी कशी होईल, ते बघा. परमेश्वराचा कनवाळूपणाच एक जाज्वल्य उदाहरण डोळ्यापुढे ठेवून त्याची प्रचिती तुमच्या चेहऱ्यावरुन, तुमच्या दृष्टीतून, तुमच्या स्मितहास्यातून, तुमच्या प्रेमळ अभिवादनातून प्रत्येकाला येऊ द्या.

२३१) कशानेही विचलित होऊ नका. कशानेही भयभीत होऊ नका. देव वगळता सर्व काही नश्वर आहे. एकटा देवच पुरेसा आहे.

२३२) आपण सारे ईश्वराच्या हातातील लेखणी आहोत.

२३३) आपण किती पैसे देतो याला महत्त्व नाही, तर किती प्रेमाने देतो, याला महत्त्व आहे.

२३४) ममतेचे शब्द बोलायला छोटे व सोपे असतात, पण त्याचे प्रतिध्वनी दीर्घकाळ घुमत राहतात.

चार्ल्स् डिकन्स

२३५) आपल्या प्रत्येकाच्या आत असं काही अद्‌भुत दडलेलं असतं, की त्याला जागवण्यासाठी फक्त अनुकूल परिस्थितीची गरज असते.

२३६) आनंदी, परिपूर्ण आणि समाधानी विचार तुमचे सौंदर्य टिकवून ठेवतात.

अल्बर्ट आइन्स्टाईन

२३७) प्रत्येक अडचणींमध्ये एक संधी दडलेली असते.

२३८) लहान मुलांमध्ये आढळणारी चौकसवृत्ती म्हणजे ज्ञानाची भूक होय.

२३९) कल्पक सृजनशीलता आणि ज्ञान यांचा आनंद जागृत करण्याचं सामर्थ्य हीच प्रत्येक शिक्षकाची सर्वोत्तम कला असते.

२४०) कल्पनाशक्ती ही ज्ञानापेक्षा अधिक महत्त्वाची आहे.

२४१) माझ्याकडे विशेष अशी गुणवत्ता नाही; पण मी अतिशय उत्सुकता आणि कुतूहल असलेला माणूस आहे.

२४२) अडचणींच्या काळातच तर अचानकपणे एखादी संधी समोर येऊन ठाकते.

२४३) शास्त्र व तंत्रज्ञान यामुळे माणूस वेळ वाचवू शकेल; पण तो कळ काढू शकणार नाही. म्हणजेच तो अधीर होईल.

२४४) पसाऱ्यातून साधेपणा शोधून काढा, विसंवादातून सुसंवाद साधा, कठीण परिस्थितीतून संधी शोधा.

२४५) तर्कशास्त्र वापरल्याने तुम्ही 'अ'पासून 'ब'पर्यंत पोहोचू शकता. कल्पनाशक्तीच्या जोरावर तुम्ही कुठेही जाऊ शकता.

२४६) प्रत्यक्ष ज्ञानापेक्षा कल्पनाशक्ती महत्त्वाची असते.

प्रा. हुमायुन कबीर

२४७) चांगल्या शिक्षकाविना उत्कृष्ट शिक्षण पद्धतीसुद्धा अपयशी ठरते व चांगल्या शिक्षकामुळे शिक्षण पद्धतीतील दोषही दूर करता येतात.

२४८) समाजाचे भवितव्य त्या समाजातील शिक्षकांच्या दर्जावर अवलंबून असते. असे म्हणणे अतिशयोक्तीचे होणार नाही, की अपात्र आणि असमाधानी शिक्षकामुळे समाजाची बैठक निकृष्ठ दर्जाची होते.

थॉमस अल्वा एडिसन

२४९) आईच्या अकृत्रिम प्रेमळपणाचा आणि सुसंगतीचा जर मला फायदा मिळाला नसता, तर माझ्या कल्पकबुद्धीचा विकास खात्रीने झाला नसता.

२५०) वेळ हेच खरंतर माणसाचं सगळ्यात मोठं भांडवल आहे, तो गमावणं मुळीच परवडण्यासारखं नाही.

२५१) अपूर्व बुद्धिमान माणसे म्हणजे ज्यांनी भरपूर परिश्रम घेतले आहेत, अशी माणसे.

२५२) स्वतःमधल्या कुवतीनुसार जर अनेक गोष्टी करून पाहिल्यात, तर तुमचं तुम्हालाच आश्चर्य वाटेल.

२५३) कोणत्याही परिस्थितीत मी स्वतः:ला नाउमेद होण्याची परवानगी देत नाही. कोणतीही अर्थपूर्ण गोष्ट साध्य करायची असेल, तर त्यासाठी तीन महत्त्वाच्या गोष्टींची आवश्यकता आहे. प्रथम – कठीण परिश्रम; द्वितीय – चिकाटी; तृतीय – सामान्यज्ञान.

हेन्री वॅन्ड बीचर

२५४) उल्हास (आनंद) हे देवाने बहाल केलेलं देणं आहे; त्यात प्रत्येकाने न्हाऊन निघालं पाहिजे.

२५५) मातेच हृदय म्हणजे तिच्या आपत्यांची शाळाच असते.

२५६) प्रेमातून मिळालेल्या सहानुभूतीशिवाय माणसाच्या हृदयाशी संवाद साधणं कुणालाही शक्य नाही.

२५७) मुलांच्या हाताच्या आधारानं आपण स्वर्गापर्यंत प्रवास करू शकतो.

२५८) इतरांच्या अपेक्षेपेक्षाही जास्त कार्य करण्याची तुमची जबाबदारी आहे, असे वागा.

लोकमान्य टिळक

२५९) विचारस्वातंत्र्य हा राष्ट्राचा आत्मा आहे या आत्म्याची उन्नती झाली पाहिजे.

२६०) न्याय मार्गाने झालेल्या सशस्त्र प्रतिकाराला अत्याचार कोणीच म्हणत नाही.

२६१) मनुष्य कितीही शहाणा असला, तरी अधिकाराचे चष्मे त्याच्या डोळ्यास लागल्यावर त्याला पूर्वीचेच जग निराळ्या रंगाचे दिसू लागते.

२६२) परमेश्वर हा प्रयत्नांती असतो, वाचांती नसतो.

२६३) बोलणे आणि कृती यामधील अंतर फार महत्त्वाचे आहे.

२६४) आपले अंतःकरण शुद्ध आहे तोपर्यंत कशाचीही भीती बाळगण्याची गरज नाही.

२६५) रोग्याला सक्तीने औषध पाजणे जितके जरुरीचे, तितकेच सक्तीने शिक्षण देणे जरुरीचे आहे.

२६६) स्वर्गापेक्षा मी चांगल्या पुस्तकांचे अधिक स्वागत करीन, कारण पुस्तक जिथे असेल तिथे स्वर्ग निर्माण होतो.

२६७) मला कोणी जर स्वर्ग आणि पुस्तके यापैकी एकाची निवड करायला सांगितली, तर मी पुस्तकं घेईन. कारण त्यांच्या मदतीनं इथे स्वर्ग निर्माण करता येतो.

कवी कालिदास

२६८) फुले म्हणजे हृदयाची मूक वाणी होय.

२६९) पैसा तुम्हाला मऊ गाद्या-उशा देऊ शकेल; पण झोप नाही. पैसा तुम्हाला चांगले पदार्थ देऊ शकेल; पण भूक नाही. पैसा तुम्हाला आनंद निर्माण करणाऱ्या वस्तू देऊ शकेल; पण आनंद देऊ शकणार नाही.

२७०) प्रत्येकाची आवड वेगळी असते, बरोबर आहे. व्यक्ती तितक्या प्रकृती.

अज्ञात लेखक

२७१) हास्याच्या आडून पाहिल्यास जग नेहमी जास्त तेजस्वी दिसतं.

२७२) मन:स्थिती चांगली असेल, तर आरोग्यही चांगले राहण्यास मदत होते.

२७३) कृतज्ञता बाळगणे ही सर्वोत्तम मनोवृत्ती आहे.

२७४) कुठेही स्वर्ग असू शकतो, तो तुमच्यावर अवलंबून आहे.

२७५) मी जेव्हा निराश आणि खिन्न असतो, तेव्हा सर्व सांदीकोपऱ्यात लपलेली माझी स्वप्नं माझ्यासाठी हसू घेऊन येतात.

२७६) प्रत्येक दिवस कदाचित चांगला नसेल; पण प्रत्येक दिवशी काहीतरी चांगलं घडतच असतं.

२७७) ढग येतीलं, पण मग ते जायलाही हवेत. त्या सगळ्या ढगांना एक रुपेरी किनार असते. कारण तुम्हाला माहीत आहे ना, की प्रत्येक ढगाच्या मागे सूर्य किंवा चंद्र चमकत असतो.

२७८) तुमच्या विश्वासाला खतपाणी घाला, म्हणजे तुमच्या भीतीची उपासमार होऊन ती मृत्युपंथाला लागेल.

२७९) लहान लहान गोष्टींतला आनंद घेण्यास का शिकू नये? अशा अनेक गोष्टी असतात.

२८०) आपल्या परिस्थितीमुळे नाही, तर आपल्या मनोवृत्तीमुळे आपल्याला आनंद मिळत असतो.

२८१) ध्येयापर्यंत पोहोचणे हे महत्त्वाचे नसते, ध्येय असणे आणि ध्येयासाठी सातत्यपूर्ण वाटचाल करणे महत्त्वाचे आहे.

२८२) प्रत्येक उद्याला दोन बाजू असतात. आपण एकतर त्यातल्या चिंतेच्या काळजीच्या बाजूला जाऊ शकतो किंवा दुसऱ्या विश्वासाच्या बाजूला जाऊ शकतो.

२८३) आपण वाऱ्याची दिशा ठरवू शकत नाही, पण आपल्या जहाजाचं शीड आपल्या सोयीप्रमाणे फिरवू शकतो.

सर विन्स्टन चर्चिल

२८४) ज्ञान देणे तसेच चारित्र्य घडविणे ही विद्यापीठांची पहिली जबाबदारी आहे.

२८५) कधीही, अगदी कधीही आशा सोडू नका.

२८६) दु:ख सोसण्याच्या अनुभवातूनच आपण प्रेरणा घेणे व तग धरून राहणे याचे मार्ग शोधले पाहिजेत.

२८७) फारच पुढचा विचार करणे चूक आहे. नियतीच्या साखळीतील एकच कडी एका वेळी हाताळता येते.

२८८) यश म्हणजे निरुत्साही न होता सतत येणाऱ्या अपयशांचा सामना करत राहणं.

२८९) महानतेची किंमत आहे जबाबदारी.

२९०) कुणीही त्याला घाबरवणाऱ्या संकटांना पाठ दाखवू नये आणि त्यापासून दूर पळण्याचा प्रयत्नही करू नये. जर तुम्ही तसे केले, तर तुम्ही धोका दुपटीने वाढवून घ्याल; पण कच न खाता त्याला तत्परतेने सामोरे गेलात, तर तुम्ही हा धोका निम्म्याने कमी कराल. कधीच कशापासून दूर पळू नका.

२९१) तुम्हाला जे मिळतं त्यावर तुमचा उदरनिर्वाह होऊ शकतो, पण तुम्ही जे देता, त्यामुळे एकूण जीवन सफल होते.

२९२) प्रवृत्ती ही एक छोटीशी गोष्टी आहे, जी खूप मोठा बदल घडवू शकते.

प्रसिद्ध लेखक थॅकरे

२९३) लहान लहान बोबड्या बाळांच्या ओठातून व अंत:करणातून दिसून येणारा थोर परमेश्वर म्हणजे आई.

२९४) जगही त्याच वैतागाने तुमच्याकडे पाहील. जगाकडे पाहून तुम्ही सुंदरसे स्मितहास्य करा. तुम्हाला जगाच्या आरशात सुंदर हास्य करणारा सवंगडी मिळेल.

अनामिक

२९५) आयुष्याचे अमूल्यत्व आपोआप जाणवत नाही. आपल्या आयुष्यात अमूल्यत्व निर्माण करावं लागतं.

२९६) कोणीही मागे फिरत नव्याने सुरुवात करू शकत नाही. परंतु मनात येताच, नवीन सुरुवात करून, अगदी नवीन चकचकीत शेवट तर करू शकतो.

२९७) कठीण परिस्थितीत जो माणूस तुम्हाला चिकटून राहतो, तो मित्रापेक्षा घेणेकरी असतो.

२९८) जे काम आस्थेने करता, त्यावरच प्रेम करा. तसं केलं नाहीत तर दुसऱ्या दिवशी तुम्ही काहीही काम करू शकणार नाही.

२९९) प्रेमळ हृदयाचा मानदंड कृपाळूपणा आहे.

३००) जो दयाळूपणाचे बीज रोवतो, त्यालाच सुखाचा शाश्वत हंगाम लाभतो.

३०१) जीवनातील अडचणींना अडथळे समजलं गेलं नसतं, तर त्यांना ओलांडून जाण्याचा मार्ग सापडला नसता.

३०२) दयाळूपणा ही अशी भाषा आहे, जी आंधळ्यांना दिसते आणि बहिऱ्याला ऐकता येते.

३०३) माणसाचं आयुष्य म्हणजे आपल्याला काय महत्त्वाचं आहे, हे स्वत:शीच ठरवणं आहे.

३०४) आपण जर हृदयापासून काहीतरी देत राहिलो तरच आपले आयुष्य सफल होईल.

३०५) बालकाच्या नजरेनं बघणारे आणि विश्वास ठेवणारे लोकच खरे भाग्यवान!

३०६) सह-अनुभूती म्हणजे तुमचं दु:ख माझ्या काळजात जाणवणं.

३०७) प्रेम भूतकाळाला मूठमाती देतं, जुने हिशेब चुकते न करता लोकांना नवी सुरुवात करायला उद्युक्त करतं. प्रेम जुन्या जमाखर्चाचे हिशेब क्षमेच्या अंत:करणात सामावून घेणं पसंत करतं आणि आपल्याला नव्यानं प्रारंभ करायला चेतना देतं.

लिओ टॉलस्टॉय

३०८) महान बनून महानतेच्या अहंकाराने एकाकी राहण्यापेक्षा मानव बनून नम्रतापूर्वक मनुष्याचे दुःख दूर करण्याच्या सेवेमध्ये मनुष्य जीवनाची सार्थकता आहे.

३०९) विश्वास म्हणजे जगण्याची शक्ती असते.

३१०) मृत्यू हा माणसाला निसर्गाने दिलेला शाप आहे, तर प्रीती हा उःशाप आहे.

३११) माणूस हा मर्त्य असल्याने माणसे युद्धात मेली नसती, तरी ती मरणारच होती. युद्धाची खरी भयानकता त्यात माणसे मरतात ही नसून, माणूस माणसाला मारायला तयार होतो, ही आहे.

३१२) तुम्ही काल केलेले सत्कर्म विसरून जा. आज करायचे सत्कर्म उद्यावर टाकू नका.

३१३) जिथे प्रेम असते तिथे देवाचा वास असतो.

डॉ. विजया वाड

३१४) आपला वेश आपल्या चारित्र्याचे प्रतिनिधित्व करतो, हे सदैव ध्यानीमनी असूद्या.

३१५) सौंदर्याची व्याख्या हृदयापासून सुरू होते आणि कर्तृत्वापाशी येऊन थबकते.

३१६) शाळेतून बाहेर पडणारा आपला प्रत्येक विद्यार्थी आधी चांगला माणूस असावयास हवा, एवढे प्रत्येक शिक्षकाने हृदयावर कोरून ठेवावे त्यासाठी आधी स्वतः चांगले माणूस असणे आणि माणूसपण जपणे फार महत्त्वाचे आहे.

नॉर्मन व्हिन्सेंट पील

३१७) यशासाठी आवश्यक असणाऱ्या चार गोष्टी : काम करा आणि प्रार्थना करा, विचार करा आणि विश्वास ठेवा.

३१८) तुम्ही ज्या परिस्थितीत आहात ती बदलायची असेल तर सगळ्यात आधी वेगळ्या पद्धतीने विचार करायला लागा.

३१९) तुमचे विचार बदला आणि तुम्ही तुमचे विश्व बदलाल.

३२०) तुम्ही स्वत:ला समजता तसे नसता. पण तुम्ही स्वत:ला समजता तसे होऊ शकता.

३२१) कल्पनाशक्ती ही खरोखरच एक जादूचा गालिचा आहे.

३२२) वादळाला एखाद्या शांत केंद्रबिंदूतून शक्ती मिळते. माणसाचेही तसेच आहे.

मार्टिन ल्यूथर किंग ज्यू.

३२३) माणसाचे यश म्हणजे त्याची आर्थिक बाजू नसून, त्याची सेवावृत्तीशी व माणसुकीशी असलेली बांधिलकी असते.

३२४) मानवजातीच्या उत्थापनासाठी केलेल्या श्रमांना प्रतिष्ठा व महत्त्व असते, त्यामुळे ते श्रम प्रयत्नपूर्वक उत्कृष्टतेने पार पाडावे.

३२५) जे योग्य असतं ते करायची कोणतीही वेळ योग्यच असते.

३२६) तिरस्कारामुळे आयुष्य पांगळे होते, प्रेमामुळे त्यातून सुटका होते. तिरस्कारामुळे आयुष्यात गोंधळ निर्माण होतो, प्रेमाने ते सुरळीत होते. तिरस्कारामुळे आयुष्यात अंध:कार होतो, प्रेमाने ते प्रकाशमान होते.

३२७) लवकर वयात मृत्यू येणं, ही फारच वाईट गोष्ट आहे; परंतु ७५ वर्षांपर्यंत खुरंखुरं जगता न येणं हेही चांगलं नाही.

साने गुरुजी

३२८) गरिबांचे शिव्याशाप मिळविण्यापेक्षा त्यांचे मंगल आशीर्वाद मिळवा. तीच खरी संपत्ती आहे.

३२९) मुले म्हणजे नवजीवनाची आशा, उद्याचे जग बनविणारी थोर शक्ती.

३३०) सत्य असेल तर काळाच्या ओघात ते टिकेल, असत्य असेल तर ते अदृश्य होईल.

३३१) भारतीय संस्कृती हृदय व बुद्धी यांची पूजा करणारी आहे. उदार भावना व निर्मल ज्ञान यांच्या योगाने जीवनास सुंदरता आणणारी ही संस्कृती आहे. भारतीय संस्कृती म्हणजे कर्म, ज्ञान, भक्तीचा जिवंत महिमा, शरीर, बुद्धी व हृदय यांना सतत सेवेत झिजवण्याचा महिमा.

३३२) विहिरीत अपरंपार पाणी आहे; पण भांडे जर वाकणार नाही, तर त्या भांड्यात अनंत पाण्यातील एक थेंब शिरणार नाही. तसेच ज्ञानाचे जे सागर असतात त्यांच्याजवळ जोपर्यंत आपण वाकणार नाही, तोपर्यंत ज्ञान आपणास मिळणार नाही.

चाणक्य

३३३) कर्ज, शत्रू, आग आणि रोग यांची थोडीसुद्धा बाकी ठेवू नये.

३३४) काही करण्याची प्रेरणा होते, तोच उचित मुहूर्त. ती वेळ टळली, तर सफलताही टळते.

३३५) सापाच्या दातात, माशीच्या डोक्यात आणि विंचवाच्या शेपटीत विष असते, परंतु दुर्जनांच्या अंगोपांगात विष भिनलेले असते.

३३६) मित्र व मंत्रावर कधीही अविश्वास दाखवू नये. मित्रावर अविश्वास दाखविल्याने मैत्री तुटते व मंत्रावर अविश्वास दाखविल्याने शक्ती कुंठीत होते.

विल्यम जेम्स

३३७) कुठलीही नवी कल्पना प्रथम हास्यास्पद ठरवली जाते. दुसऱ्यांदा त्यावर फुली मारली जाते. शेवटी ती सर्वमान्य होते.

३३८) माझ्या पिढीतला मोठा शोध हा आहे, की माणूस आपली प्रवृत्ती बदलून, आपले आयुष्यच बदलू शकतो.

३३९) जेव्हा निर्णय घेतला गेला आहे आणि त्यावर काम करण्याची वेळ आली आहे, तेव्हा परिणामांची चिंता किंवा सावधपणा पूर्णपणे सोडून द्यायला हवा.

३४०) जे काही घडून गेलं आहे, त्याचा स्वीकार करणं म्हणजे पुढे वाढून ठेवलेल्या दुर्दैवी घटना ओलांडण्याची पहिली पायरी.

३४१) आपल्याला मिळालेल्या सुवर्णसंधीचा फायदा करून घेणं आणि आपल्या स्वतः:मधल्याच चांगल्या गुणांनी, चांगल्या गोष्टीपर्यंत पोहोचवणं हीच जगण्यातली सर्वोकृष्ट कला आहे.

३४२) आपल्याला आलेल्या अनुभवांचा जी व्यक्ती विचार करते, त्यांना पद्धतशीर अशा परस्पर नातेसंबंधात गुंफते, त्या व्यक्तीला सर्वोत्तम स्मरणशक्तीचा लाभ होतो.

३४३) मी आनंदात आहे, म्हणून गात नाही; गातो म्हणून आनंदात आहे.

३४४) असे वागा की जणू काही तुम्ही जे काही कराल त्याने काही ना काही फरक पडणार आहे, तसा तो पडतोही.

प्लेटो

३४५) सुख बाहेरून मिळणारी चीज नाही. त्याचे वास्तव्य आपणातच आहे; पण अहंकार गळून पडल्याखेरीज त्याची प्राप्ती होणार नाही.

३४६) शरीर व आत्मा यांना त्यांच्या पात्रतेनुसार पूर्णत्वाकडे नेणे म्हणजे शिक्षण.

३४७) कलाकाराचे अंत:करण निर्दोष असले पाहिजे.

मार्क ट्वेन

३४८) तुमच्यातील महत्त्वाकांक्षेला कमी लेखणाऱ्या लोकांपासून सावध राहा.

३४९) लायकी नसताना पुरस्कार मिळण्यापेक्षा लायक असूनही पुरस्कार न मिळणे कधीही चांगले.

३५०) प्रत्येक माणूस हा चंद्रासारखा असतो, तो आपली काळी बाजू कोणालाच दिसू देत नाही.

३५१) जो माणूस चांगली पुस्तके वाचत नाही, त्याला ती पुस्तके वाचता न येणाऱ्यापेक्षा जास्त फायदा मिळवता येत नाही.

३५२) आपण प्रत्येक अनुभवातून फक्त त्यातलं शहाणपण घेतलं पाहिजे.

३५३) तुमच्या आकांक्षांच खच्चीकरण जे कुणी करतात, त्यांना दूरच ठेवा. कमकुवत आणि छोटी माणसं नेहमीच असं करतात. परंतु महान माणसं मात्र तुम्हाला नेहमीच दिलासा देतात, की तुम्हीसुद्धा मोठे होऊ शकता.

३५४) एक उत्तम प्रशंसेची पावती माझ्या वाट्याला आल्यास त्या आधारे माझे पुढील दोन महिने आनंदात जातील.

विल्यम जेनिंग्ज ब्रायन

३५५) प्रभावीपणे बोलता येणे ही मिळालेली नैसर्गिक देणगी नसून प्रयत्नपूर्वक मिळवलेले साध्य आहे.

३५६) नशीब ही काही योगायोगाची बाब नाही, ती एक निवडण्याची बाब आहे; ती वाट पाहण्याची बाब आहे, मिळवण्याची बाब आहे.

३५७) विषयाच्या ज्ञानापेक्षाही अधिक काहीतरी आवश्यक असते. तुमच्या सादरीकरणात कळकळ असायला हवी. तुम्हाला असे वाटायला हवे, की तुमच्यापाशी सांगण्यासारखे काहीतरी आहे जे लोकांनी खरोखर ऐकलेच पाहिजे.

३५८) भाग्य हा योगायोग नसतो. ती आपली निवड असते.

जॉर्ज इलियट

३५९) दुसऱ्याचे जीवन सुसह्य करण्यासाठी आपले जीवन कारणीभूत झाले पाहिजे.

३६०) ती आता दु:खाबरोबर दोन हात करत नाही; परंतु त्या दु:खालाच अखेरचा सोबती समजते आणि त्या दु:खालाच आपल्या विचारात सामील करून घेते.

३६१) इतरांनी आपल्यासाठी काहीतरी करावं यापेक्षा त्यांनी आपल्याबद्दल जवळीक, आपुलकी दाखवावी, एवढीच प्रत्येक व्यक्तीची इच्छा असते.

३६२) एक प्रेमळ, मनस्वी व्यक्तीचा समोरच्या व्यक्तीवर होणारा चांगला परिणाम हे सौभाग्यच म्हणायचं.

३६३) फक्त तुमच्याशी जो बोलतो आहे, त्याचे बोलणे तुम्ही लक्षपूर्वक ऐका. समोरच्याला या व्यतिरिक्त खूश करणारे दुसरे काहीही नसते.

३६४) एकमेकांचं आयुष्य सुकर करण्यासाठी नाही, तर मग आपण कशासाठी जगतो?

३६५) प्रत्येक क्षणावर प्रेम करा बघा. त्या क्षणातलं चैतन्य सर्वत्र पसरेल. अगदी सीमापार!

हेन्री मिलर

३६६) प्रत्येकाचं आपलं असं वेगळं नशीब असतं. त्याचा स्वीकार करणं, त्याच्या मार्गावर चालत राहणं, मग ते कुठे का नेईना, हेच महत्त्वाचं असतं.

३६७) सध्याच्या काळात कोणत्याही गोष्टीला जवळचा मार्ग असतो असे ज्यांना वाटते, त्यांनी हे समजून घ्यायला हवे, की लांबचा मार्ग सगळ्यात सोपा असतो.

३६८) जीवनाकडून आपल्याला, आपण निष्क्रिय झालो, तरी सतत काही ना काही तरी मदत मिळत असते. जीवनाच्या खातेवहीत गोठवलेली मालमत्ता असा प्रकार कधी नसतो.

मार्क ट्वेन

३६९) आजीवन टिकणारे नैतिकतेचे धडे पुस्तकाच्या धड्यातनं मिळत नसतात, तर प्रत्यक्ष अनुभवांमधून प्राप्त होतात.

३७०) जे लोक तुमच्या आकांक्षांना मर्यादा घालतात, त्यांना दूर ठेवा. क्षुद्र माणसं नेहमीच हे करतात. पण जे खरोखर मोठे असतात, ते तुम्हीही मोठे व्हाल अशी तुमची धारणा करून देतात.

३७१) मी एखादी गोष्ट करू शकणार नाही असा विचार केल्यामुळे लोक अपंग होऊन बसतात.

३७२) जर आपण ऐकण्यापेक्षा अधिक बोलावे असे जगत् निर्मात्याला अभिप्रेत असते, तर त्याने आपल्याला दोन तोंडे आणि एक कान दिला असता.

३७३) आनंदाची पुरेपूर वसुली करण्यासाठी, तो वाटून घ्यायला तुमच्यासोबत कुणीतरी असणं आवश्यक आहे.

हेन्री डी. थोरो

३७४) पुस्तकप्रेमी मनुष्य अत्यंत श्रीमंत व सुखी असतो.

३७५) मैत्रीसारखी जीवनात आनंद व उत्साह आणणारी दुसरी कोणतीच गोष्ट नाही.

३७६) ऐहिक जीवनात स्वेच्छेनुसार आत्मविश्वासाने जीवन जगण्याचा प्रयत्न केला, तर दैनंदिन जीवनात हमखास यश मिळते, हे प्रयोगातून सिद्ध झालं आहे.

३७७) आपण शांत राहिलो आणि तयारीत राहिलो, तर कोणत्याही नकारात्मक परिस्थितीतून आपण मार्ग शोधू शकतो.

३७८) हे जग म्हणजे आपल्या कल्पनांसाठी असलेले व्यासपीठच आहे.

सॅम्युअल जॉन्सन

३७९) मोठमोठी कामे केवळ ताकदीने होत नाहीत, तर ती सहनशक्तीने होतात.

३८०) मोठमोठी कामे केवळ ताकदीने होत नाहीत, तर ती सहनशक्तीने होतात.

३८१) आपण दिवस नव्हे तर क्षण लक्षात ठेवत असतो, म्हणून प्रत्येक क्षण सुंदर बनविण्याचा प्रयत्न करा.

३८२) आलेल्या सोनेरी संधीचा उत्कर्षासाठी उपयोग करून घेणे यालाच जीवनकला म्हणतात.

३८३) कोणत्याही परिस्थितीत आनंदी राहणे हे बुद्धिमान माणसाचे कामच आहे.

३८४) माणसास मृत्यू कसा आला यापेक्षा तो कसा जगला, याला अधिक महत्त्व असते.

संत एकनाथ

३८५) साप ज्याप्रमाणे गारुड्याच्या इशाऱ्याप्रमाणे डोलतो, तसा संसारी मनुष्य स्त्रीच्या छंदानुसार वागतो.

३८६) कोंबडा जसा कचरा उकरून पाहतो; पण त्याला काही लाभ होत नाही. तशी गत लोभ धरणाऱ्या माणसाची होते.

कॅंबेल मॉगेन

३८७) माणसाला दिलेली हसण्याची शक्ती ही मानवाला मिळालेली परमेश्वरी देणगी आहे. चेष्टा, मस्करी, विनोद यामुळे माणूस आनंदी बनतो, आयुष्यातल्या सर्व कटकटी विसरतो आणि सततच्या कामाचा त्याचा कंटाळाही निघून जातो.

डेल कार्नेगी

३८८) सकारात्मक गोष्टींमधून ताकद मिळवा आणि नकारात्मक गोष्टींमुळे खचून जाऊ नका.

३८९) प्रशंसा आणि प्रामाणिकपणे कौतुक करून सुरुवात करा.

३९०) आपले ध्येय साध्य करण्यासाठी समोरच्या माणसाला यथोचित आदरसत्कार बहाल करा.

३९१) इतरांमध्ये मनापासून रुची घेणे हाच लोकांना तुमच्यात रुची वाटण्याचा सर्वोत्तम मार्ग आहे.

३९२) सळसळणाऱ्या उत्साहाच्या ताकदीचे मोल कमी समजू नका.

३९३) कोणताही मूर्ख माणूस टीका करू शकतो, निषेध करू शकतो आणि तक्रार करू शकतो. अधिक तर मूर्ख माणसे तेच करतात.

३९४) लोक आपल्याबद्दल काय म्हणत असतील, याची चिंता करण्यापेक्षा तुमचे कौतुक करतील असे काहीतरी लोकोत्तर करण्यासाठी वेळेचा वापर करा.

३९५) त्यांच्या मतांना मान्यता देणे आणि आपण किती महत्त्वाचे आहोत या त्यांच्या भावनेला धक्का न पोहोचवू देणे, हाच इतरांशी मैत्री करण्याचा आणि त्यांच्यावर प्रभाव पाडण्याचा खात्रीशीर मार्ग आहे.

३९६) इतरांनी आपल्यात रुची द्यावी म्हणून दोन वर्षे प्रयत्न केल्यानंतर जितके मित्र-मैत्रिणी मिळतील, त्यापेक्षा कितीतरी अधिक मित्र-मैत्रिणी, तुम्ही महिनाभर इतरांमध्ये रुची घेतल्यामुळे तुम्हाला मिळतील.

३९७) समोरच्याला करण्यास आनंद होईल, अशाच गोष्टी त्यांना सुचवा.

चार्ल्स मॉर्गन

३९८) आपल्यावर कोणाचं तरी प्रेम आहे, हे सर्वांत मोठे जादूभर आश्चर्य आहे. कारण हे प्रेम म्हणजे माणसाच्या खांद्यावर पडलेली देवाची बोटेच असतात.

लॉरेन्स स्टन

३९९) माझ्यावर गंभीरपणाचे सावट पडू नये म्हणून मी माझ्याभोवती थट्टा-मस्करीचे कुंपण घालीत असतो. व्याधी टाळण्यासाठी मी हाच उपाय वापरतो. माणसाने स्मितहास्य करावेच परंतु खळखळून हसलेच पाहिजे. त्यामुळे त्याच्या जीवनाची वर्षे वाढतात.

जे. आर. डी. टाटा

४००) माणसाचे यश त्याच्याकडे निरनिराळ्या वाटेने झेपावते, त्यासाठी प्रत्येक वेळी त्याच्या गुणवत्तेची कसोटी लागतेच असे नाही.

विल्यम चॅनिंग

४०१) प्रत्येक माणूस एक ग्रंथ असतो. फक्त त्याला वाचायचे कसे, हे तुम्हाला कळले पाहिजे.

वि. का. राजवाडे

४०२) मनुष्य कामाने मरत नाही. त्याचा मृत्यू जवळ येतो तो अनावश्यक काळजी केल्यामुळे.

यदुनाथ थत्ते

४०३) वेळ गमावणे म्हणजे आपल्या आयुष्यातील सर्व संधी गमावणे.

अप्पासाहेब पटवर्धन

४०४) खरा दु:खी कोण? तर मी दु:खी आहे, असे ज्याच्या मनाने घेतले तो.

४०५) आशावादी व्यक्ती दु:ख विसरण्यासाठी हसते, तर निराशावादी व्यक्ती हसणेच विसरते.

भगवद्‌गीता

४०६) ज्ञान नाही आणि श्रद्धाही नाही त्या व्यक्तीचा विनाश अटळ आहे.

४०७) निर्मिती म्हणजे जे आस्तित्वात असते, ते जगासमोर ठेवणे.

४०८) मनावर जे लोक ताबा ठेवत नाहीत, त्यांचे मनच त्यांचा शत्रू बनून राहते.

इ. बी. टेलर

४०९) धर्म म्हणजे आध्यात्मिकतेवरील विश्वास होय. मानवी जीवनाला नियंत्रित करणारी व मार्गदर्शन देणारी, मानवापेक्षा श्रेष्ठ असणारी जी शक्ती आहे, तिची आराधना करणे म्हणजे धर्म. मानवाच्या शरीर व मन यांच्या मर्यादेपलीकडे असणाऱ्या अद्‌भुत शक्तीची जाणीव व चिंतन म्हणजे धर्म. शाश्वत, सनातन व अनंतासंबंधी चिंतन करणे, त्याची जाणीव होणे व त्यानुसार वागणे म्हणजे धर्म.

मॉंटेस्क्यू

४१०) जो मनुष्य विचार कमी करतो, तो अधिक बोलतो आणि जो मनुष्य विचारी आहे, तो कमी बोलतो.

संस्कृत सुभाषित

४११) आळसास प्रारंभी सुख वाटते, पण त्याचा शेवट दुःखात होतो. तत्परतेने उद्योग करण्यात प्रथम दुःख वाटले, तरी त्यापासून परिणामी सुख होते.

तुर्की म्हण

४१२) ध्येयासाठी मरण्यापेक्षा ध्येयासाठी जगणेच अवघड असते.

सी. सायमन्स

४१३) परिश्रमाने शरीर निरोगी राहते व मन निर्मळ बनते.

शंकराचार्य

४१४) विद्येचे फळ म्हणजे उत्तम चारित्र्य आणि सदाचार, ज्याप्रकारे प्रकाश अंधार नाहीसा करतो, त्याप्रमाणे विद्येच्या प्रकाशाने अज्ञानरुपी अंधार नष्ट होतो.

४१५) शिक्षण म्हणजे आत्मसाक्षात्कार.

तर्कतीर्थ लक्ष्मणशास्त्री जोशी

४१६) पुस्तक हे संस्कृतीचे मस्तक आहे म्हणून मस्तकावर जे निरंतर धारणा करतात, तेच जीवनयात्रेत यशस्वी होतात.

४१७) अवगुणांचा ऱ्हास व गुणांचा विकास म्हणजे शिक्षण होय.

मारी व्होन एनबर एस्चेनबक

४१८) तरुणपणी आपण शिकत असतो, प्रौढपणी आपण समजून घेत असतो.

जपानी सुविचार

४१९) कर्माचा ध्वनी शब्दांपेक्षा मोठा असतो.

एनन

४२०) जेव्हा मनुष्याकडील धन नष्ट होते. तेव्हा त्याचे वास्तविक काहीच नष्ट होत नाही. जेव्हा मनुष्याची तब्येत बिघडते, तेव्हा त्याचे काहीतरी नष्ट होत असते. परंतु जेव्हा मनुष्याचे चारित्र्य नष्ट होते, तेव्हा त्याचे सर्वस्वच नष्ट होत असते.

फ्रान्सिस बेकन

४२१) दुर्जन मनुष्य जेव्हा संत होण्याचे ढोंग करतो, तेव्हा तो अधिक दुष्ट बनतो.

४२२) तत्त्वज्ञान म्हणजे सर्व शास्त्रांची जननी.

४२३) वाचनाने मनुष्याला आकार येतो. सभेमुळे तो प्रसंगावधानतत्पर होतो आणि लिखाणामुळे तो सर्वांगीण होतो.

ऑगस्टाईन

४२४) गर्वाने देव दानव बनतात, तर नम्रतेमुळे मानव देव बनतो.

फ्रँकलिन रुझवेल्ट

४२५) पुढे जाण्यासाठी पुष्कळ मार्ग असतात. परंतु स्वस्थ उभं राहण्यासाठी एकच मार्ग असतो.

फ्रँकलिन पी. जोन्स

४२६) तुम्ही मुलांकडून खूप काही शिकू शकता. तुमच्याजवळ सहनशक्ती किती आहे, ते महत्त्वाचं!

गोल्डस्मिथ

४२७) ज्या वेळी मी एखादी सुंदर कलाकृती वाचतो, त्या वेळी एक मित्र मिळाल्याचा आनंद मला होतो आणि तेच पुस्तक मी जेव्हा पुन्हा वाचतो, त्यावेळीही जुन्या मित्राला भेटल्याचा आनंद मला होतो.

ग. त्र्यं. माडखोलकर

४२८) पुष्कळ ग्रंथांचे वाचन करण्यापेक्षा थोड्या ग्रंथांचे मनन केलेले अधिक चांगले.

खुशवंतसिंग

४२९) यशाला कुठलाही शॉर्टकट नाही. यश हे दीर्घकाळच्या अखंड परिश्रमातून मिळू शकते.

सेनेका

४३०) जो अजून न कोसळलेल्या संकटाबद्दल व्यर्थ काळजी करतो, तो खरोखर दुर्दैवी असतो. संकटे ही कधी आणि कोणत्या स्वरूपात येतील, हे सांगता येत नाही. ती जेव्हा येतात तेव्हाच ती कळतात. पण जोवर ती कोसळत नाहीत, जी अजून दृष्टीच्या टप्प्यातच नाहीत त्यांच्याविषयी चिंता करणे हे निरर्थक तर आहेच, शिवाय आपले आयुष्य पोखरणारे आहे.

४३१) हे जग म्हणजे एक आरसा आहे. या जगाच्या आरशात तुमच्या चेहऱ्याचीच प्रतिबिंबे तुम्हाला दिसतात. तुम्ही या जगाकडे वैतागून बघा.

४३२) यश मिळवणे हा एक परिपूर्णत्वाच्या दिशेने प्रवास आहे. ती एक साधना आहे. त्यासाठी तुमचे मन, शरीर, हृदय आणि आत्मा यांचे मीलन होणे फार आवश्यक आहे.

गर्थ हेन्रीक

४३३) जो माणूस काहीतरी घडण्याची वाट पाहत थांबलेला असतो, तो आपल्या शर्टच्या बाह्या सरसावण्यापासूनच सुरुवात करत असतो.

डॉ. स्पेन्सर जॉन्सन

४३४) जर तुम्ही बदलू शकला नाहीत, तर तुम्ही नष्ट होऊ शकता.

४३५) जीवन पुढे जात असतं आणि आपणही जीवनाबरोबर पुढे जात राहिलं पाहिजे.

४३६) पूर्णत्वाने जगणे म्हणजे शिक्षण.

बायबल

४३७) मन स्थिर करा आणि स्वत: परमेश्वर असल्याची अनुभूती घ्या.

४३८) देवाची भीती वाटणे ही शहाणपणाची सुरुवात असते.

४३९) गप्प बसण्याचा व बोलण्याचा काळ भिन्न भिन्न असतो.

४४०) मनापासून देवावर विश्वास ठेवा. त्याच्यावर जशी निष्ठा ठेवाल, तसा तो तुम्हाला आयुष्याच्या मार्गात योग्य दिशा दाखवेल.

४४१) सूर्यास्त होईपर्यंत संतापाला तुमच्यावर स्वार होऊ देऊ नका.

व्हिक्टर ह्युगो

४४२) जीवनात आनंद तेव्हा मिळतो, जेव्हा आपण आहोत तसे लोकांना आवडतो.

४४३) सक्त मेहनत करीत राहा. यश तुमची वाट पाहते आहे.

रिकेड मिक

४४४) खरा मित्र तुमच्या शत्रूपासून तुमचे संरक्षण करतो.

मार्गारेट लि रुबेक

४४५) नि:शब्द संवाद हाच मैत्रीमधील खरा संवाद होय.

जॉन रॅन्डॉल्फ

४४६) वेळ ही सगळ्यात मौल्यवान, पण नाशवंत गोष्ट आहे.

एकनाथ ईश्वरन

४४७) आपल्याला जर एक परिपूर्ण माणूस व्हायचं असेल तर त्यासाठी बुद्धाचा आदेश आहे, की तुम्ही आपल्या मनाला वेगवेगळ्या पद्धतीने विचार करायला शिकवा. कोणत्याही परिस्थितीत शांत रहायला शिका, मनात दया असू द्या आणि निर्मितीक्षम व्हा.

४४८) तुम्ही जर थोडं थांबून विचार केलात तर तुमच्या लक्षात येईल, की आपले बरेचसे त्रास अधिक विचार करण्यामुळेच होत असतात.

जे. कृष्णमूर्ती

४४९) पूर्वानुभवाच्या मदतीने जीवनातील पुढील प्रत्येक पाऊल टाकले पाहिजे.

४५०) प्रेम ही भावना बाहेरून आयात करता येत नसते. नात्यांमधील सामंजस्यातून ते फुलते.

योगी अरविंद

४५१) संपूर्ण जीवन म्हणजे योगसाधना असते. माझ्या म्हणण्याचा अर्थ असा, की मनाला वळण लावण्यासाठी प्रत्येक क्षण म्हणजे एक संधी असते.

वाल्मीकी

४५२) नीतिशास्त्र सांगते की मैत्री किंवा शत्रुत्व नेहमी बरोबरीच्या लोकांशी करावे.

४५३) आई आणि मातृभूमी यांचे श्रेष्ठत्व अधिक आहे.

४५४) सेवेमुळे शत्रूदेखील मित्र बनतो.

वेडेल फिलिप्स

४५५) पराभव म्हणजे काय? केवळ शिक्षण, हातून काहीतरी चांगले घडण्याची पहिली पायरी.

वीर सावरकर

४५६) आपल्या शब्दाला तेव्हाच महत्त्व येईल, जेव्हा त्या शब्दामागे भरपूर सामर्थ्य उभे राहील. ते सामर्थ्य आपण अवश्य निर्माण केले पाहिजे.

४५७) जातिभेद हा एक मानसिक रोग आहे. मनाने तो मानला नाही, तर झटकन बरा होतो.

जोसेफ मॅझिनी

४५८) जुलमाने विचार मरत नाहीत, ते सुदृढ केले जातात.

४५९) क्रांती ही तत्त्वांवर घडून येते, बंदुकांमुळे नव्हे. क्रांती प्रथम डोक्यात होते मग कृतीत उतरते.

४६०) आयुष्य ही चैन नसून एक कर्तव्य आहे.

लुझिॲनो डी. क्रेशेन्सो

४६१) आपल्यापैकी प्रत्येकजण केवळ एकच पंख असलेला देवदूत असतो. त्यामुळेच आपण एकमेकांना धरूनच आकाशात भरारी मारून विहार करू शकतो.

कुसुमाग्रज

४६२) आपण धरणे बांधली, इमारती बांधल्या, कारखाने बांधले पण मने बांधायचे तेवढे विसरलो.

गो. ग. आगरकर

४६३) अज्ञान हा सर्व अधोगतीचा पाया आहे.

डार्सो

४६४) स्वभावधर्म हा जन्मत:च नसतो, तो बनवावा लागतो.

फ्रेडरिक दि ग्रेट

४६५) प्रत्येक धर्माबद्दल सहिष्णुता बाळगली पाहिजे, कारण ज्याच्या त्याच्या मार्गानेच मनुष्याने मोक्ष गाठला पाहिजे.

बेनहॅम

४६६) उत्साह हा अग्नीसारखा असतो, त्यात भरही घालावी लागते आणि त्यावर तीव्र नजरही ठेवावी लागते.

४६७) मूर्खांची प्रशंसा करू नका. अन्यथा ते अधिकच मूर्खपणे वागतील.

बिस्मार्क

४६८) युवकांनो, तुमच्यासाठी मजजवळ फक्त एकच शब्द आहे आणि तो म्हणजे परिश्रम.

डॉ. कार्व्हर

४६९) परमेश्वराने माणसाला बुद्धी दिली आहे, ज्ञान दिले आहे ते लोकांची सेवा करावी म्हणून.

ग्योथ

४७०) गुणांचा विकास एकांतामध्ये होतो, परंतु झंझावातामध्येदेखील सुंदर चरित्र निर्माण होते.

न. चि. केळकर

४७१) मनुष्य जर विचारी असेल, तर तो तत्त्वज्ञ बनतो.

सर ॲलेक डग्लस होम

४७२) माझ्या आयुष्यात दोन प्रश्न आहेत, जे राजकीय आहेत ते सोडवायला कठीण आहेत आणि जे आर्थिक आहेत ते आकलन होण्यास कठीण आहेत.

जॉन ऑसबोर्न

४७३) आरशावर आणि वृत्तपत्रांवर कधीही विश्वास ठेवू नका.

रुसो

४७४) माणसानं पहिल्यांदा कुंपणाची मेढी रोवली, तीच त्याच्या दु:खाची मुहूर्तमेढ होती.

४७५) असत्याची अनेक रूपे असतात, तर सत्याचे फक्त एकच रूप असते.

व्हर्जिल

४७६) ज्यांचा स्वत:च्या कर्तृत्वावर विश्वास आहे त्यांच्याच हातून काहीतरी घडेल.

४७७) आरोग्य हीच सगळ्यात मोठी संपत्ती आहे.

जॉन ड्युई

४७८) शिक्षण म्हणजे सातत्याने अनुभवांची पुनर्रचना करीत जीवन जगण्याची प्रक्रिया. व्यक्तीमधल्या अशा सर्व क्षमतांचा विकास की, ज्यांच्यामुळे तो परिस्थितीवर नियंत्रण ठेवू शकेल व त्यांच्या सर्व शक्ती पूर्णत्वाने विकसित करू शकेल.

४७९) शिक्षण म्हणजे जीवनाची तयारी नव्हे, तर शिक्षण हेच जीवन असते.

हेमिंग्वे

४८०) एकवेळ माणसाचा विनाश करता येणे शक्य आहे; पण त्याचा पराभव मात्र असंभव आहे. कारण पराभूत होण्यासाठी माणूस जन्माला आलाच नाही.

एझरा पाऊंड

४८१) दर्जेदार साहित्य म्हणजे अर्थपूर्ण भाषेची परिसीमा होय.

प्रा. के. वि. बेलसरे

४८२) शुद्ध अंत:करणाने विचार करणे हेच सत्यशोधन व सत्यदर्शनाचे मर्म आहे व तो माणसाचा वैयक्तिक तसेच सामाजिक क्रांतीचा आत्मा आहे.

रॉबर्ट बर्न्स

४८३) उंदीर आणि माणसाच्या सर्वश्रेष्ठ योजनादेखील पुष्कळदा चुकीच्या ठरतात.

बुकर टी. वॉशिंग्टन

४८४) कोणत्याही व्यक्तीच्या आयुष्यातील यश तिने आज काय प्राप्त केले यावर नव्हे, तर त्यासाठी किती प्रमाणात अडथळे ओलांडले यावरून ठरते.

४८५) लेखन करण्यात जेवढी प्रतिष्ठा असते, तेवढीच प्रतिष्ठा शेती करण्यातही असते, ही समज स्पष्टपणे आल्याशिवाय राष्ट्राची उन्नती होत नाही.

येशू ख्रिस्त

४८६) जो कोणी आत्मप्रौढी करेल त्याची मानहानी होईल आणि जो नम्रतेने राहील, त्याला प्रतिष्ठा लाभेल.

४८७) वैराने वैर वाढेल, परंतु प्रेमाने वैर घटेल म्हणून आपल्या वैऱ्यावरही प्रेम करायला शिका.

४८८) तुम्हाला जे आपल्यासाठी करावेसे वाटते, ते तुम्ही इतरेजनांसाठी आवश्यक करून पहा.

डॉ. ए. पी. जे. अब्दुल कलाम

४८९) चांगले पुस्तक हे अनेक पिढ्यांसाठी महान ज्ञानाचे आणि संपत्तीचे उगमस्थान असते.

४९०) एक चांगले पुस्तक चांगल्या मित्रांच्या बरोबरीचे असते आणि एक चांगला मित्र एका ग्रंथालयाच्या बरोबरीचा असतो.

नेल्सन मंडेला

४९१) क्षमाशील असणं म्हणजे समोरच्याच्या थोबाडीत मारण्याचा विचार दयाळूपणे सोडून देण्याची कृती.

विल्यम एडवर्ड डेमिंग

४९२) सर्वोत्तम कामगिरी करणे पुरेसे नाही, तर सर्वोत्तम म्हणजे काय, हे समजावून घेऊन त्यानंतर प्रयत्नांची पराकाष्टा करणे आवश्यक आहे.

हितोपदेश

४९३) विद्येमुळे विनय निर्माण होतो, विनयामुळे योग्यता प्राप्त होते, योग्यतेमुळे धन प्राप्त होते, धनामुळे धर्म व धर्माचे सुख प्राप्त होते.

४९४) वास्तविक कोणी कोणाचा शत्रू असत नाही आणि कोणी कोणाचा मित्र असत नाही. या दोन्ही गोष्टी व्यवहारातून निर्माण होतात.

४९५) सज्जन हे नारळासारखे बाहेरून खडखडीत पण आतून गोड; याउलट दुर्जन बाहेरून गोड आतून बोरासारखे किडलेले असतात.

४९६) कासवाप्रमाणे संकोच करून घेऊन प्रहारही सहन करावे. योग्य वेळ आल्यानंतर मात्र बुद्धीवंताने कृष्णसर्पाप्रमाणे प्रतिकारासाठी फणा उगारावा.

डॉ. बाबासाहेब आंबेडकर

४९७) विभूतिपूजा एकाधिकारशाहीला जन्म देते, तर विचारांची पूजा लोकशाही बळकट करते.

४९८) प्रत्येक पिढी नवीन राष्ट्र घडविते.

४९९) एकमेकांचे विचार व धर्म समजून घेतल्यास समाजाचे संतुलन बिघडणार नाही.

५००) आपल्या दरिद्री व अज्ञानी बांधवांची सेवा करणे, हे प्रत्येक सुशिक्षिताचे पहिले कर्तव्य होय.

ब्रॅमोल्ड

५०१) मानवी जीवन शक्य तितके सुस्पष्ट व अर्थपूर्ण करण्यासाठी सामान्य त्याचप्रमाणे विशेष व्यक्तींनी केलेला नेटाचा प्रयत्न म्हणजे तत्त्वज्ञान.

महावीर

५०२) सत्य चंद्रमंडलापेक्षा सौम्य व सूर्यमंडळापेक्षाही तेजस्वी असते.

५०३) दया अशी भाषा आहे, की जी बहिऱ्यांनाही ऐकायला येते आणि मुक्यांनाही समजू शकते.

५०४) जर तुमच्या अंत:करणातच शांती नसेल, तर तिचा बाहेर शोध घेण्यात काय अर्थ?

बाबा महाराज सातारकर

५०५) प्रेम नसेल तर संसार अन् परमार्थ दोन्ही व्यर्थ.

रा. कृ. कणबरकर

५०६) शिक्षक हा निरंतर विद्यार्थी असतो.

लेडी मॉंटेज

५०७) सुसंस्कृतता अंगीकारण्यास काहीही द्यावे लागत नाही, पण तिच्यामुळे बरेच काही प्राप्त होत असते.

ज्योतिबा फुले

५०८) सत्यपालन हाच धर्म आहे, बाकीचे सर्व अधर्म आहेत.

सेंट ऑगस्टीन

५०९) धर्माचे सर्वात मोठे तत्त्व म्हणजे नम्रता होय.

५१०) आपली आयुष्ये व आपली परिस्थिती चांगली असू दे. आपली परिस्थिती आपणच बनवतो. आपण जसे असतो तशीच आपली परिस्थिती असते.

५११) जी गोष्ट अजून पाहिलेली नाही त्यावर विश्वास ठेवणे म्हणजे श्रद्धा; आणि या श्रद्धेचा पुरस्कार करणे म्हणजे ज्याच्यावर तुमचा विश्वास आहे ते बघणे.

पं. जवाहरलाल नेहरू

५१२) ज्यांना लेखनकला अवगत आहे, त्यांना तुरुंगवास म्हणजे एक सुवर्णसंधीच वाटते.

५१३) दिवसातला प्रत्येक क्षण हा कोणतेही चांगले कार्य करण्यासाठी आहे.

५१४) वडिलांपेक्षा मी आपल्या आईवरच अधिक प्रेम केले. तिनेच माझे सर्व अपराध पोटात घातले.

बाबा आमटे

५१५) योजना आखताना वास्तवाचे भान ठेवा, अंमलबजावणी करताना मात्र बेभान व्हा.

बॅक्सटर

५१६) खंडीभर दुःख करण्यापेक्षा चिमूटभर विनोद पत्करला.

हेन्री ड्युमंड

५१७) अर्ध्या जगाला असे वाटते, की दुसऱ्याकडून सेवा करून घेण्यात सुख आहे, परंतु खरे म्हणजे दुसऱ्याची सेवा करण्यातच खरे सुख असते.

लाओत्से

५१८) जो दुसऱ्यांना ओळखतो, तो शिक्षित समजावा; पण जो स्वत:ला ओळखतो, तो खरा बुद्धिमान.

लिओनार्दो दा व्हिंची

५१९) दिवस चांगल्या तऱ्हेने घालवला, तर समाधानाची झोप मिळते.

ऋग्वेद

५२०) माणसाला जे आत्मविश्वासू व नि:स्वार्थी बनविते ते शिक्षण.

हर्बर्ट स्पेन्सर

५२१) शिक्षणाच्या उदात्त हेतूत केवळ ज्ञान अपेक्षित नसून, कृतीदेखील अपेक्षित असते.

५२२) शिक्षणाचे महान ध्येय हे ज्ञान नसून कृती हे आहे.

डॉ. जॉन

५२३) आयुष्यातील अडचणी सोडविण्यास समर्थ असते, तेच शिक्षण होय.

कॉल्टन

५२४) एक चांगला विचार अनेक वाईट विचारांना नाहीसा करतो.

जैनेंद्रकुमार

५२५) ज्याप्रमाणे घरासाठी पायाची जरुरी असते, त्याचप्रमाणे मनुष्यजीवनासाठी धर्माची आवश्यकता असते.

स्वामी रामतीर्थ

५२६) बाह्यगोष्टीत सुख शोधणे व्यर्थ आहे. सुखाचे भांडार तर तुमच्या अंतरंगातच आहे.

बिल गेटस्

५२७) आयुष्यातील संधी कधीच संपत नाहीत, एक गेली तर दुसरी लगेच आपल्यासमोर उभी राहते. आपण आपल्याकडील माहितीचे व्यवस्थापन कसे करतो, यावर आपला जय किंवा पराजय अवलंबून असतो.

सर व्ही. सिडनी

५२८) ज्याच्या सोबतीला सुंदर विचार असतात, तो कधीच एकटा नसतो.

शेख सादी

५२९) निखळ सौंदर्य शृंगाराशिवायही मनाला मोहित करते.

एच. जे. वेल्स

५३०) मानव इतिहास हा मुख्यत्वे विचारांचा इतिहास आहे.

मॉंटेस्क्यू

५३१) समाज म्हणजे लोकांचा जमाव नव्हे, तर लोकांचा एकोपा असतो.

आचार्य अत्रे

५३२) अपयश पचवायला शिकल्याशिवाय यशस्वी होता येत नाही.

रिशस्टर

५३३) अनेक दु:खसमूहाचे नाव आळस आहे.

बेंजामिन डिझरायली

५३४) धाडसी लोकांना नशीब साथ देत असते.

५३५) मनुष्याचे विचार परिवर्तीत होत असतात, त्याचे चारित्र्य परिवर्तीत होत नाही. चारित्र्याचा विकास जरुर करता येतो.

५३६) स्वत:च्या श्रीमंतीत दुसऱ्याला सामावून घेण्यापेक्षा त्याच्या श्रीमंतीची जाणीव त्याला करून देणं, हे अधिक महत्त्वाचं आहे.

५३७) प्रवास सहनशीलता शिकवतो.

५३८) थोर विचारांनी तुमच्या मनाच संगोपन करा.

५३९) तुम्हाला विजेत्यासारखा विचार करायचा असेल, तर तुम्ही वेळेचा विचार करायलाच हवा.

अलेक्झांडर पोप

५४०) प्रामाणिक मनुष्य म्हणजे परमेश्वराची सर्वोत्तम कृती आहे.

महंमद पैगंबर

५४१) दुर्जन मंडळीत बसण्यापेक्षा एकटे बसणे बरे आणि एकटे बसण्यापेक्षा सज्जन मंडळीत बसणे अधिक चांगले.

५४२) अनुभवाने मनुष्य शहाणा होतो, अनुभवांती आलेले शहाणपण हे हजारो पुस्तके वाचून आलेल्या शहाणपणापेक्षा कितीतरी पटीने श्रेष्ठ आहे.

५४३) चांगले कृत्य ते, की जे समोरच्याच्या चेहऱ्यावर आनंदाचे हसू आणते.

भर्तृहरी

५४४) दुष्ट मनुष्य कितीही विद्वान असला, तरी त्याच्यापासून दूर राहणेच चांगले. नाग नागमण्याने संपन्न असला तरी तो डसल्याशिवाय राहील का?

५४५) दुसऱ्याचे हित करण्यात निमग्न असलेला सज्जन माणूस विनाशकाळातही वैर करीत नाही. चंदनाचे झाड घाव घालणाऱ्या कुऱ्हाडीच्या टोकाला सुंगधित केल्यावाचून राहत नाही.

५४६) सूर्य कमळांच्या ताटव्यांना विकसित करतो, चंद्र उगवल्यावर चंद्रविकासी शुभ्र कमळे, प्रफुल्लित होतात. आकाशातील ढग न मागतासुद्धा जलधारांचा वर्षाव करतात. त्याचप्रमाणे संत नेहमी दुसयाच्या कल्याणासाठी प्रयत्न करतात.

व्हाईटहेड

५४७) प्रतिभा म्हणजे चारित्र्य नव्हे. प्रतिभेला चारित्र्य समजण्याची चूक कधीही करू नका.

सायरस

५४८) मनुष्याने आपल्या चारित्र्याचा आधार घ्यावा, नशिबाचा नव्हे.

पब्लियस सायरस

५४९) जर तुम्ही एकाच वेळी दोन काम करत असाल तर याचा अर्थ आहे, तुम्ही दोन्हींवर काम करत नाही.

जोहान गटे

५५०) कलेचे अंतिम व सर्वोच्च ध्येय सौंदर्यदर्शन हे असते.

५५१) दया म्हणजे अशी एक सोन्याची बेडी आहे, की जिच्यामुळे समाज परस्परांशी जोडलेला राहतो.

५५२) अर्धा तास रिकामे बसण्यापेक्षा कोणतेही काम केलेले अधिक बरे.

५५३) निरुपयोगी जीवन म्हणजे अकाली आलेला मृत्यूच होय.

५५४) तुम्ही जे काही करू शकता किंवा करण्याचे तुमचे स्वप्न आहे, ते करायला लागा; त्यातच प्रतिभा, ताकद आणि जादू असते.

५५५) लोकांशी असे वागा, जणू ते जे असायला हवेत तेच आहेत आणि ते जे बनण्यास सक्षम आहेत, ते बनण्यास त्यांना मदत करा.

हजरत अली

५५६) दुसऱ्यांच्या दोषांचे तुमच्यापुढे वर्णन करणारे लोक तुमच्या दोषांचे वर्णन तिसऱ्यापुढे करतील, हे लक्षात ठेवा.

जूबार्ट

५५७) चिंता निर्माण होण्याचे मूळ कारण म्हणजे आपली दुर्बलता.

सुभाषचंद्र बोस

५५८) अन्यायाशी तडजोड करणे हे सर्वांत मोठे पाप आहे.

वि. स. खांडेकर

५५९) पराक्रमाचा अभिमान असावा, पण उन्माद नसावा.

५६०) जीवन हा हास्य आणि अश्रू यांचा सुरेख संगम आहे.

५६१) मनुष्य मोठा विचित्र आहे, तो सुख घटाघटा पितो व दु:ख चघळीत बसतो.

५६२) प्रत्येक जण आपले कपडे सुधारण्याचा प्रयत्न करतो, पण आपले अंतरंग सुधारण्याची इच्छा मात्र कुणाच्या मनात उत्पन्न होत नाही.

५६३) स्वत::ला जाणून घ्या, मानवजातीचा योग्य अभ्यास आहे खुद्द मानव.

५६४) पुरुषांना अशा पद्धतीने शिकविले पाहिजे, की त्यांना कोणी काही शिकवते आहे हे त्यांना समजायला नको.

प्रेमचंद

५६५) मूर्खपणाने केलेली निंदा वाईट असते, परंतु अतिशयोक्तीपूर्ण असणारी प्रशंसा तेवढीच तिरस्करणीय असते.

५६६) परिश्रम म्हणजे जीवनाच्या सफलतेचे रहस्य व आत्म्याचे भूषण आहे.

सॅम्युअल स्माइल्स

५६७) प्रसन्नता ही आत्म्याची शक्ती आहे.

डॉ. कावरु इशिकावा

५६८) गुणवत्ता नियंत्रणाची सुरुवात आणि शेवट प्रशिक्षणाने होतो.

हेन्री फोर्ड

५६९) विचार करणे हे एक खूप अवघड काम आहे, म्हणूनच फार थोडे लोक ते करतात.

५७०) अपयश ही अशी एकमात्र संधी आहे ज्यामुळे तुम्ही अधिक हुशारीने परत पहिल्यापासून प्रयत्न करू शकता.

५७१) आपल्या ध्येयावरची नजर थोडी जरी हलवलीत, की लगेचच ध्येयप्राप्तीच्या मार्गातल्या अनेक अडीअडचणी भेडसावयाला लागतात.

५७२) एखादी गोष्ट तुम्ही करू शकता किंवा करू शकत नाही, असे तुम्हाला वाटते, तेव्हा तुम्ही बरोबर असता.

महाभारत

५७३) अहंभाव हे नरकाचे महाद्वार आहे.

५७४) दु:खावर औषध एकच ते म्हणजे सारखा विचार न करणे. कारण विचार केल्याने दु:ख नाहीसे होत नाहीत, उलट अधिकच वाढते.

सोयाचिरो होंडा

५७५) ९९ टक्के परिश्रमाचा परिणाम म्हणून एक टक्का यश प्राप्त होते.

शेठ वालचंद हिराचंद

५७६) विजय विनयाने घ्यावा आणि पराजय धैर्याने पचवावा.

फ्रेडरिक टेलर

५७७) पूर्वी पहिले स्थान माणसाला होते. भविष्यकाळात पहिले स्थान कार्यपद्धतीला हवे. पहिल्या उत्तम कार्यपद्धतीचा उद्देश उत्तम दर्जाचा माणूस तयार करणे हा असायला हवा.

डॉ. जोसेफ जुरान

५७८) गुणवत्ता ही अपघाताने घडत नाही, यावर आपला आतून विश्वास हवा. गुणवत्तेसाठी योजना आवश्यक आहे.

कार्लोस

५७९) आपण बदलत नाही, कारण आपल्याला बदलाची भीती वाटते.

थॉमस हूड

५८०) विचार आणि अंत:करण यांचा अभाव असल्यावर माणसे दुष्कृत्ये करतात.

प्लुटार्क

५८१) ज्यांना स्तुती करून घेण्याची अत्यंत हौस असते, ते वास्तविक पाहता त्या लायकीचे नसतात.

समर्थ रामदास

५८२) बुद्धिमान वक्ता स्वत: सर्वज्ञ असतानाही, दुसऱ्याचे म्हणणे ऐकून घेण्यास तयार असतो.

५८३) प्रभात काळी उठल्यावर रामाचे चिंतन करावे.

५८४) प्रत्येकाला दारुण म्हातारपण भोगावेच लागते.

५८५) माणसाचे स्वत:चे शरीर त्याच्या अधीन नसते, तर इतरांचा प्रश्नच नाही.

कोनोसुके मात्सुशिता

५८६) आपण कितीही सखोल अभ्यास केलात, तरीही आपल्याला स्वत:च्या अंत:प्रेरणेवर विसंबून रहावे लागते आणि प्रत्यक्ष कामच परिणाम देते.

भगतसिंग

५८७) क्रांती ही जनतेसाठी असली पाहिजे आणि जनताच ती पूर्ण करील.

५८८) क्रांती हा जगाचा नियम आहे ते मानवी प्रगतीचे रहस्य आहे.

थॉमस जेफरसन

५८९) ज्या परमेश्वराने आपल्याला जीवन दिले, त्याच परमेश्वराने त्याच वेळी प्रत्येकाला स्वातंत्र्य दिले.

५९०) माझ्या आयुष्यातले सर्वांत आनंदाचे क्षण फार थोडे आहेत, जे मी माझ्या आत्यंतिक जिव्हाळ्याच्या कुटुंबात घालवलेले आहेत.

धीरुभाई अंबानी

५९१) कल्पकता ही काही कोणाची मक्तेदारी नाही. दूरदृष्टी ठेवा, मोठा आणि जलद विचार करा.

गुरुनानक

५९२) समस्त प्राणीमात्रांवर परमात्म्याची ज्योती आहे, असे समजून कुणीही त्याची जात विचारू नका. कारण परलोकात कोणतीही जात नसते.

सावित्रीबाई फुले

५९३) सर्व मानवजात ही एका ईश्वराची लेकरे आहेत. अस्पृश्यतेचा प्रत्येक व्यक्तीने धिक्कार करणे यातच प्रत्येक व्यक्तीचे, समाजाचे किंवा कोणत्याही मानव संस्कृतीचे कल्याण आहे.

आनंद महिंद्रा

५९४) मुलींच्या शिक्षणावर आमचा दृढ विश्वास आहे, त्यामुळे आपल्या आयुष्याचा दर्जा वाढणार आहे.

आयझॅक ॲसिमोव्ह

५९५) मला इतरांपेक्षा जास्त गोष्टीबद्दल जास्त माहिती आहे. याचा अर्थ मी सर्वज्ञ आहे, असा होत नाही आणि मला माहिती नसलेले अनेक विषय आहेत. याचा अर्थ मी अज्ञानी आहे, असाही नाही.

आदित्य बिर्ला

५९६) आपले कलागुण आपण काहीतरी करीत आहोत, याचा आंनद आपल्याला देतात.

कॉलवर्ट

५९७) अंत:करणाला अंत:करण जुळाल्याशिवाय माणसाचीच नव्हे, तर राजकीय पक्षांची युती (मैत्री) कायम टिकणार नाही.

बौद्ध धर्म

५९८) क्रोधाला शरण जाण्यापेक्षा त्याच्यावर ताबा मिळविण्याचे प्रयत्न करा.

संत नामदेव

५९९) मातेच्या वात्सल्ययुक्त अश्रूत गंगेची पवित्रता आणि तिच्या प्रेमात हिमालयाचे बळ आहे.

६००) माझ्या आयुष्याच्या होडीच्या मागील बाजूला जर भीती असेल, तर पुढच्या बाजूला आशा आहे.

रंगनाथन

६०१) प्रत्येक पुस्तकाला त्याचा वाचक भेटला पाहिजे आणि प्रत्येक वाचकाला त्याचे पुस्तक भेटले पाहिजे.

जॉन स्मिथ

६०२) ग्रंथालये म्हणजे विचारांची शीतगृहे आहेत.

गोएथ

६०३) पूर्वजांकडून जे मिळाले आहे, तुम्ही त्यात भर घालून ते वाढवा, अन्यथा ते तुमचे कधीच राहणार नाही.

६०४) हे निसर्गाचं देणं आहे. रिकाम्या असलेल्या गोष्टींमधील अंतर तो आपोआप भरतो.

प्रा. पुष्पा भावे

६०५) धर्म हे आळशी राजकारणी मंडळींचे वाहन आहे.

जॉन लिंडसे

६०६) कायदा आणि सुव्यवस्थेचा नावाखाली स्वातंत्र्याची गळचेपी होत असते.

ऑस्कर वाईल्ड

६०७) आपल्या चुकांवर पांघरून घालण्यासाठी प्रत्येक जण अनुभव घेतला, असं म्हणत असतो.

६०८) माझ्याजवळ खूप फुलं आहेत; परंतु छोटी मुलं ही सर्वात जास्त चांगली फुलं आहेत.

जोरा विलिंग्ज

६०९) कामाच्या बाबतीत पोस्टाच्या तिकिटाचा आदर्श ठेवा. ते पाकिटावर एकदा चिकवटले की, मुक्काम गाठल्याखेरीज हटत नाही.

लिडेल हार्ट

६१०) मानवाची प्रगती व अधोगती यांचा आलेख म्हणजे इतिहास होय.

डॉ. अमर्त्य सेन

६११) दंतकथा, श्रद्धा, आख्यायिका म्हणजे इतिहास नव्हे.

फ्रँक लॉइड राइट

६१२) घर फक्त राहण्यासाठी नसते, ते समृद्ध जीवनाचे प्रतिबिंब असते.

श्री. माताजी

६१३) वय वाढल्याने नव्हे, तर प्रगती थांबल्याने तुम्ही म्हातारे होता.

जॉन फ्लोरिओ

६१४) वेळ असूनही जो वेळेची वाट पाहतो, तो वेळ गमावतो.

६१५) कालबाह्य कल्पनांना चिकटून बसणारा कधीच यशस्वी होत नाही.

मॅकियाव्हेली

६१६) केवळ मुंडन करून स्वर्ग मिळत असेल, तर ज्या मेंढ्यांचे वारंवार मुंडन केले जाते, त्या मेंढ्या का नाही स्वर्गात जात?

संत वचन

६१७) धाडस करायला मन खुले असावे लागते आणि ज्ञानसाधना करणाऱ्यांमध्ये वैचारिक समानतेचे वातावरण असावे लागते.

स्टिफन हॉकिन्स

६१८) जगात प्रत्येक जण काहीतरी विकूनच जगत असतो.

स्टीव्हन्सन

६१९) जगाला समजून घेण्यासाठी आणि ते बदलण्यासाठी माणसाला कलेची आवश्यकता आहे.

मनुस्मृती

६२०) मृत शरीर हे लाकूड आणि मातीच्या ढेकळाप्रमाणे असते. ते जमिनीवर टाकून देऊन नातेवाईक चालू लागतात. फक्त धर्मच माणसाला साथ देतो.

६२१) कालचा सूर्य आज उगवला, म्हणून त्याला शिळा म्हणावा.

फिशर

६२२) आई म्हणजे अशी व्यक्ती नव्हे, की जिच्यावर फक्त अवलंबून असावं. ती अशी व्यक्ती आहे, की जी तुम्हाला कुणावरही अवलंबून राहू देत नाही.

डोरोथी कॅन्सफिल्ड फिशर

६२३) जगावं कसं हे प्रत्येक माणूस शाळेच्या बाहेरच शिकतो.

इव्हॉन इलिच

६२४) चिखलाने रंगलेले मूलही आईबापांना सुंदर असते.

मोरोपंत

६२५) जगणे म्हणजे बदलणे आणि परिपूर्ण होणे म्हणजे नेहमी बदलणे.

कार्डिनल न्यूमन

६२६) जे जे दुसऱ्याच्या ताब्यात ते दुःख आणि जे जे आपल्या स्वतःच्या हातात तेच सुख. सुख–दुःखाची हीच थोडक्यात व्याख्या.

टेनिसन

६२७) जगात ज्ञान वाढत आहे; पण शहाणपण वाढत नाही.

संत तुकाराम

६२८) परस्त्रीला मातेसमान मानण्यात धन खर्चावे लागते का?

६२९) सर्प, विंचू वगैरे नारायणाचे रुपच असले, तरी त्यांना दुरुनच नमन करावे, स्पर्श करू नये.

६३०) पिकलेले शेत जसे पाखरे खाऊन फस्त करतात, त्याप्रमाणे नातेवाईक माणसाला लुटतात.

६३१) स्वसुखाच्या लाभासाठी कुणी कुणाची वाट पाहू नये, ज्याने त्याने आपले मुक्कामाचे ठिकाण गाठावे.

डॉ. श्यामाप्रसाद मुखर्जी

६३२) पूर्वजांचा गौरव करणे, त्यांचे वर्षातून एकदा स्मरण करणे हे भावी उत्कर्षाचे चिन्ह होय. उदयोन्मुख राष्ट्राला याची जरुरी आहे.

व्हॉल्टेअर

६३३) वेळ ही माणसाची सर्वात मोठी संपत्ती आहे, तरीही बहुसंख्य माणसे या संपत्तीकडे दुर्लक्ष करतात. वेळ वाया गेला म्हणून नंतर हळहळतात. वेळ दिल्याखेरीज कोणतेही कार्य होऊ शकत नाही.

कॅथरिन ॲन पोर्टर

६३४) प्रेम करायला शिकलेच पाहिजे आणि तेही पुन:पुन्हा; त्या शिकण्याला अंत नाही. द्वेष करायला शिकण्याची आवश्यकता नसते, फक्त डिवचण्याची, चिथावणी देण्याची गरज असते.

पोर्तुगीज प्रोव्हर्ब

६३५) काहीतरी शिकण्यासाठी जगा आणि त्यानंतरच तुम्ही कसे जगावे हे शिकावं.

६३६) प्रत्येक मूल जन्माला येताना त्याचं नशीब घेऊन जन्माला येतं. ईश्वरी आर्शीर्वाद घेऊन जन्माला येत असतं.

मनू

६३७) संतोष हे आनंदाचे उगमस्थान आहे.

बोव्ही

६३८) शिक्षक म्हणून मुलांना मी काही शिकविले नाही. मुलांनीच मला पुष्कळ शिकविले.

पिटर ड्रकर

६३९) कोणत्याही कार्याला वेळ ही मूलभूत गरज आहे. जर प्रथम कोणत्याही कार्यासाठी वेळेची व्यवस्था केली नाही, तर कोणतेच कार्य होऊ शकणार नाही.

पीटर स्कॉटसी

६४०) प्रामाणिकपणा तुमच्यात पूर्णतेने असेल किंवा नसेल त्यात टक्केवारी नसते.

कन्फ्यूशियस

६४१) ज्याने चूक केली आहे; पण ती दुरुस्त करायला जो तयार नसतो, तो पुढची चूक करत असतो.

इंदिरा गांधी

६४२) माझ्या आईच्या मृत्यूनंतर माझे पिताजी पोरके झाले, इतकी माझी आई थोर होती.

रामकृष्ण परमहंस

६४३) पादत्राणे घातल्यावर काट्याकुट्यातूनही जाता येते, त्याचप्रमाणे ईश्वर चिंतन सोबत असल्यावर जीवनात सुरक्षित प्रवास करता येतो.

सेंट बर्नार्ड

६४४) माझ्या नुकसानीला मीच जबाबदार असतो. कारण जे नुकसान होते, ते माझ्यातील दोषांमुळेच होते.

रेनर मारिया रिल्के

६४५) दोन एकांतवृत्तीच्या एकाकी व्यक्तींनी एकमेकांना स्पर्श करणे, परस्परांचे स्वागत करणे आणि एकमेकांचे रक्षणकर्ते बनणे, या गोष्टी प्रेमात सामावलेल्या असतात.

जॉबर्ट

६४६) प्रतिभेमुळे प्रचंड कार्ये सुरू होतात; पण केवळ श्रमाच्या जोरावर ती पूर्ण केली जातात.

ग. दि. माडगुळकर

६४७) ग्रंथालय हे आत्म्याचे रुग्णालय आहे. आजारी आत्मे निरोगी करणे व निरोगी आत्मे कसदार करणे, हे कार्य ग्रंथालयेच करू शकतात.

जॉर्ज शिन

६४८) बदल म्हणजेच वाढ होय. या वाढीत ज्ञातातून अज्ञाताकडे नेणाऱ्या प्रवासाची जोखीम पत्करावी लागते.

एडी कॅन्टॉर

६४९) प्रामाणिकपणे व सखोलतेने आयुष्य समृद्ध होतं. मग जग तुमच्याकडे आदराने बघतं व तुम्ही स्वतःला आदरणीय समजता.

विल्यम पेन

६५०) अमर्याद प्रेम हे कधीच तुटत नसतं, मृत्यू त्यांना तोडतो; पण या जगापलीकडेही जाऊन मैत्रीचं नात जसं अथांगपणे टिकतं, तसंच ते एकातून दुसरीकडे संक्रमित होत राहतं.

हॉर्डिंग कार्टर

६५१) आपल्या मुलांसाठी वारसाहक्कानं काही ठेवायची इच्छाच असेल, तर दोन गोष्टी आपण ठेवू शकतो. एक म्हणजे आपली स्वत:चा मूळ, पाया! आणि दुसरी गोष्ट म्हणजे पंख! ते आपण त्यांना देऊ शकतो.

मॅथ्यू

६५२) उद्याची चिंता करू नका. उद्या हीच एक चिंता होईल. आजच्या अडचणींचा विचार करा व त्यांचा सामना करा.

फ्रान्सिस डी. सेल्स

६५३) काही वेळा आयुष्यात येणाऱ्या वादळांनी आपण चकित होऊन जातो, बधिर होतो; पण घाबरू नका. थोडा दम खा आणि ताजेतवाने होऊन चालत राहा.

सिडने स्मिथ

६५४) आयुष्याला बळकटी देणारी मित्रता लाभली, तरी प्रेम करणं व ते मिळवणं हेच खरं सुख आहे.

थॉमस हक्स्ले

६५५) कोण बरोबर आहे, यापेक्षा काय बरोबर आहे, याला महत्त्व आहे.

एपिक्टेटस

६५६) आनंदी राहण्याचा एकच मार्ग आहे, तो म्हणजे आपल्या इच्छेप्रमाणे न घडणाऱ्या गोष्टीबद्दल काळजी न करणे.

६५७) लोकं एखाद्या गोष्टीमुळे नाही, तर त्या गोष्टीकडे पाहण्याच्या त्यांच्या दृष्टिकोनामुळे अस्वस्थ होतात.

६५८) जो आपल्याकडे नसलेल्या गोष्टींबद्दल दु:ख करत न बसता आपल्याकडे असलेल्या गोष्टींमुळे आनंदी होतो, तो खरा शहाणा!

६५९) आपल्या शरीरातील ट्यूमर किंवा गळू काढून टाकण्यासाठी आपण जेवढे दक्ष असतो, त्याहीपेक्षा अधिक लक्ष आपण आपल्या मनातील वाईट विचार काढून टाकण्यासाठी असले पाहिजे.

६६०) सर्वात आधी तुमच्या मनाला ठामपणे सांगा, की तुम्हाला काय व्हायचंच आणि मग त्याप्रमाणे कृती करायला लागा.

बी. सी. फोकर्स

६६१) जिज्ञासा ही विजेच्या धक्क्यासारखी असते. त्यामुळे आयुष्याचे इंजिन मोठ्या वेगानं धावते.

जॉन ग्रीअर हीबन

६६२) कोणत्याही प्रश्नांची विशिष्ट लक्षणे ओळखण्याची शक्ती हाच फार मोठा फरक सुशिक्षित आणि अशिक्षित व्यक्तीमध्ये असतो. नि:संशयपणे महाविद्यालयीन शिक्षणातून मिळवता येणारा सर्वात मोठा फायदा म्हणजे स्वयंशिस्त पाळणाऱ्या मनाची निर्मिती होय.

जॉयसी ब्रदर्स

६६३) यश ही एक मानसिक स्थिती आहे. जर तुम्हाला यश हवे असेल, तर तुम्ही यशस्वी झाला आहात असा विचार करायला लागा.

६६४) तुम्ही तुमच्या आयुष्याकडे एकवार पाहिलं तर तुम्हाला कळेल, की कौटुंबिक आनंद हा सर्वांत मोठा आनंद असतो.

लिझ्याकोका

६६५) मला माहीत आहे, सत्ता आणि प्रसिद्धी या उडून जाणाऱ्या गोष्टी आहेत. पण माणूस त्यांनाच कवटाळून बसतो.

६६६) जर तुम्हाला तुमच्या वेळेचा संपूर्ण उपयोग करायचा असेल, तर तुमच्यासाठी सगळ्यात महत्त्वाचं काय आहे हे जाणून घ्यायला हवं आणि मग त्यासाठी तुमचं सर्वस्व द्यायला हवं.

चार्ल्स पेगाथ

६६७) साध्याशा कल्पनांचा उपयोग करून घेण्यातच माणसाचं श्रेष्ठत्व दिसून येतं.

ओल्ड टेस्टामेंट

६६८) मुंगीपाशी जा, तिचा उद्योग शिका व शहाणे व्हा.

ॲलन अल्डा

६६९) जी जागा तुमच्या सोयीची असेल, अशाच जागी तुम्ही राहायला हवं, तुमच्या अंतरात्म्याचा आवाज ऐकायला हवा. त्यानंतर तुम्हाला जो शोध लागेल तो अतिशय विस्मयकारक असेल. तुम्हाला तुम्ही स्वतःच गवसाल.

मार्जोरी होल्म्स

६७०) आपल्या मुलाचा हात आपल्या हातात असणं यासारखी दुसरी सुंदर गोष्ट ती कोणती? इवलासा, मऊ मऊ, उबदार स्पर्श! एखादं मांजरीचं छोटंस पिल्लू अंगाचं गाठोडं करून आपल्या कुशीत विसावा घ्यावं तस्सं!

ह्युबर्ट हम्फ्री

६७१) अरे मित्रा, तुझ्याकडून त्यांनी काय काढून घेतलं हे महत्त्वाच नाही, तर तुझ्याकडे जे शिल्लक आहे, त्याचं तू काय करतोस हे महत्त्वाचं आहे.

एलिझाबेथ बॅरेट बाऊनिंग

६७२) या आपल्या पृथ्वीतलावरदेखील स्वर्गानुभवाची कमतरता नसते.

ग्लोरी ॲबेल्हास

६७३) चांगले नशीब खिन्न, उदास मनोवृत्तीला नेहमी टाळत असते. तुमची मनःस्थिती नेहमी खंबीर, उत्तम ठेवा. मग चांगल्या गोष्टी आपोआप तुमच्याकडे येतील आणि तुम्ही चांगल्या गोष्टींकडे याल.

मॅक्सवेल माल्टझ

६७४) आपल्याला हे सहज शक्य आहे, असं जेव्हा खात्रीपूर्वक वाटतं; तेव्हा खरंच ते शक्य होत असतं.

फ्रेड्रिक नित्से

६७५) ज्याच्याजवळ जगण्यासाठी काही कारण असतं, तो कसंही करून जीवनाची नौका भवसागरातून पार करून नेतोच.

गेराल्ड गुड

६७६) जर तुम्हाला तुमचं आयुष्य पूर्ण बदलायच असेल, तर मनात कृतज्ञता बाळगून पाहा. त्यामुळे तुमचं आयुष्य जाणवण्याइतकं बदलेल.

शेरी ए. हन्डले

६७७) मी शिकले आहे, की दुःखाच्या प्रत्येक ओझ्यातून देव वरदान पाठवत असतो.

जॉन अँड्र्यू होम्स

६७८) एखादं मुलं घरात येतं (जन्माला येतं) तेव्हापासून पुढची वीस वर्षे घरात इतका गोंधळ, गोंगाट असतो, की तुम्ही सहन करू शकत नाही; परंतु ते जेव्हा घरापासून शांतपणे दूर जातं, तेव्हा तुम्हाला वेड लागल्यासारखं होतं.

ए. पॉवेल डेव्हिस

६७९) धर्म नेहमीच्या आयुष्यापेक्षा वेगळाही नसतो आणि त्यापासून दूरदेखील नसतो. अर्थ आणि उद्देश या दृष्टीने पाहता, प्रत्येक प्रकारचं आयुष्य म्हणजे, माणूस म्हणून मिळालेला आयुष्याचा दर्जा आणि मोल, तसंच आध्यात्मिक महत्त्व याबाबत अगदी पूर्ण जाणीव ठेवून जगलेलं आयुष्य!

जॉन ड्रायडन

६८०) तुम्ही जर खऱ्या अर्थाने जीवन जगला असाल, तर भूतकाळाकडे कृतज्ञतापूर्वक पाहा.

सिन्थिया ऑझिक

६८१) ज्या गोष्टींबद्दल आपण जास्तीत जास्त कृतज्ञ असायला हवं, त्याच गोष्टी आपण नेहमी गृहीत धरतो.

आर्थर लीनहॅन

६८२) पर्वताचे शिखर गाठण्याच्या दिशेने जाणाऱ्या पायवाटेवरून चालण्यास घाबरू नका. तिथेच तर तुमचे कार्यफळ आहे.

मार्टिन रट्ट

६८३) कुठलंही काम तुम्ही एकटयाने करू शकत नाही, पण तुम्हाला ते स्वतः:लाच करावं लागतं.

सोरेन किरकेगार्ड

६८४) धाडस केलं तर तुमचं पाऊल क्षणभर घसरू शकेल; पण धाडस केलंच नाहीत, तर तुम्ही स्वत:लाच हरवून बसाल.

म्युरिअल स्पार्क

६८५) आयुष्याला सामोरे जाण्याच्या मार्गावरती पालकही स्वत:च्या अपत्याकडून बरचं काही शिकत असतात.

ऑर्थर ख्रिस्तोफर बेन्सन

६८६) कित्येक वेळेला आजूबाजूची दृश्य परिस्थिती बदलण्यापेक्षा स्वत:ला बदलण्याची जास्त गरज असते.

फ्रँक टायगर

६८७) व्यक्तीचा भविष्यकाळ खूपशा गोष्टींवर अवलंबून असतो; पण तत्त्वत: तो स्वतः:वरच अवलंबून असतो.

फ्रेडरिक लँगब्रिज

६८८) दोन व्यक्ती गजामधून बाहेरचं जग बघत असतील, तर एकाला दिसतो केवळ बाहेरचा चिखल आणि दुसऱ्याचं लक्ष जातं आकाशात चमचमणाऱ्या ताऱ्यांकडे.

कार्ल्स गोरेल

६८९) आपण कधीच असाहाय्य किंवा दुबळे नसतो, या विचाराची मनाला चांगली खूणगाठ बांधून ठेवणं उत्तम! कारण माणसाला काही ना काही कृती करणं हे सदैव शक्य असतं.

आर्ट क्लॅनिन

६९०) वेदना आणि दु:ख तर अपरिहार्यच असतं. परंतु सतत दु:खी राहणं हे मात्र ऐच्छिक असतं.

तिबेटी वाक्प्रचार

६९१) ज्याप्रमाणे अंधारमय जगात सूर्यकिरणं अलगदपणे प्रवेश करतात, त्याचप्रमाणे आपल्याला अंतर्मनाकडून कोणाच्याही नकळत संकेत मिळत असतात.

ऑलिव्हर वेंडेल होम्स

६९२) ज्यावर आपलं प्रेम असतं, तेच आपलं घर. त्यापासून आपण शरीरानं दूर जाऊ शकतो, पण मनानं नाही.

शेल्डन कॉग्ज

६९३) आयुष्यातल्या महत्त्वपूर्ण लढायांची शक्ती नेहमी मनातच ठरते.

ओकाकुश कुकुझो

६९४) आजूबाजूच्या परिस्थितीशी सतत जुळवून घेण्यातच आयुष्य जगण्याचं कौशल्य दडलेलं असतं.

ॲनेट गुडहार्ट

६९५) तुम्ही दु:खी आहात याचा अर्थ असा होत नाही, की तुम्ही आयुष्यातला आनंद उपभोगू शकत नाही.

एमोरी ऑस्टिन

६९६) एखाद्या दिवशी तुमच्या मनात एकही गाणं नसेल, तरी तुम्ही गात राहा.

ॲनी गॉललिअर

६९७) मला एखादी गोष्ट करावी लागते, तेव्हा ती मला खूप कठीण वाटते आणि एखादी गोष्ट जेव्हा मला करावीशी वाटत असते, तेव्हा ती खूप सोपी वाटते.

टॉम पिटर्स

६९८) श्रेष्ठ कंपन्या उत्कृष्टतेवर विश्वास ठेवत नाहीत, तर कार्यपद्धतीत सुधारणा व नित्य बदल ह्यावरच विश्वास ठेवतात.

६९९) तुम्हाला ज्याचे सखोल ज्ञान हवे आहे, त्याचे उत्सवात रूपांतर करा.

पाम ब्राऊन

७००) वडील म्हणजे अगदी दणकट प्रकृतीचे, रुबाबदार आणि हुशारच असले पाहिजेत, असं नाही. प्रेम ही एकच गोष्ट अशी आहे, की त्यामुळे हे सर्व गुण आपोआप त्यांना प्राप्त होतात.

७०१) आईवडिलांना आपल्या लहान मुलाच्या क्षमतेविषयी आणि त्याच्या कर्तृत्वाविषयी अभिमान वाटत असतो, परंतु त्याच्यातल्या दयाळूपणाविषयी, मृदुतेविषयी आणि अव्यक्त अशा धैर्याविषयी त्यांना गौरव वाटत असतो.

मूरिश म्हण

७०२) जो एखाद्या गोष्टीला घाबरतो, तोच त्या गोष्टीला स्वत:वर सत्ता गाजवायची ताकद देतो.

पीटर डी. व्हीस

७०३) पालकत्व निभावताना अशा अनेक वेळा येतात, की ज्या मुखात तुम्ही घास घालता, तेच तुमचा चावा घेतं.

शेरलॉक होम्स

७०४) बऱ्याचदा सत्य कल्पनेपेक्षाही थरारक असतं.

डॅन रादर

७०५) भीती वाटली तरी पुढे जाणे म्हणजेच धैर्य!

जॉन एफ. केनेडी

७०६) चिनी भाषेत क्रायासिस (आपत्काल) हा शब्द लिहिल्यास तो दोन भागांचा बनलेला असतो; त्यातील एक भाग आपत्ती दाखवतो, तर दुसरा संधी.

७०७) राष्ट्र तुमच्यासाठी काय करू शकते याचा नव्हे, तर तुम्ही राष्ट्रासाठी काय करू शकता, याचा विचार करा.

मार्ग केनेडी

७०८) प्रत्येकाला आठवण करून देणं जरुरीचं असतं, की त्याचं भूतलावरचं अस्तित्व महत्त्वाचं आहे. प्रत्येक आयुष्य अनेक गोष्टी बदलतं.

नित्शे

७०९) उत्साही व्यक्तीच्या मदतीशिवाय कोणतीही गोष्ट यशस्वी होत नाही.

रॉबिन विल्यम्स

७१०) विनोदबुद्धी वापरून आशावाद जागविता येतो.

रे लेमॅन

७११) कुठल्याही लहान मुलामधल्या सुप्त गुणांची शक्यता ही निर्मितीच्या दृष्टीनं जिज्ञासा जागवणारी तसंच उत्तेजन देणारी असते.

एच. जॅक्सन, ब्राऊन

७१२) माझ्याजवळ पुरेसा वेळ नाही असं कधीही म्हणू नका. कारण तुमच्याजवळही प्रत्येक दिवशी तेवढेच तास आहेत जेवढे तास हेलन केलर, पाश्चर, मायकल एंजेलो, मदर टेरेसा, लिओनार्दो दा विंची, थॉमस जेफरसन आणि अल्बर्ट आईनस्टाईन यांच्याकडे होते.

अन्ना रॉबर्टसन ब्राऊन

७१३) वेळेचा समजूतदारपणे उपयोग करा. आपल्याकडे वेळ किती आहे यापेक्षा त्या वेळेचं आपण काय करावे, हे जास्त महत्त्वाचं आहे.

एच् जॅक्सन ब्राऊन ज्यू.

७६१) स्वत:ला बदलण्याच्या तुमच्या क्षमतेला कधीच कमी लेखू नका.

माईक ब्राऊन

७१४) मनुष्याचा आत्मा कधीच निकामी, निर्जीव नसतो. जोपर्यंत श्वासोच्छ्वास चालू आहे, तोपर्यंत प्रत्येक व्यक्ती नक्कीच स्वप्न बघू शकते.

विल्यम जे. बेनेट

७१५) कोणतेही काम हलके किंवा कमी दर्जाचे नसते; पण वृत्ती मात्र हलक्या दर्जाची असू शकते.

७१६) दया व अनुकंपा बाळगून केलेले काम हेच मोठे बक्षीस असते.

भावनिक बुद्धिमत्ता

७१७) स्वतः:च्या आयुष्यातील बदल आणि इतरांच्या आयुष्यात बदल करण्यास मदत यासाठी काळाचे बंधन नसते. असा बदल व्यक्ती कधीही करू शकते.

७१८) जी गोष्ट आपल्याला चांगली वाटत नाही. ती इतरांनासुद्धा चांगली वाटत नाही, या गोष्टीचे महत्त्व समजण्यासाठी आपण आपल्या भावना आधी जवळून पाहायला हव्यात.

७१९) जेव्हा तुम्ही रागावलेले असता, तेव्हा तुमच्या कामाचा दर्जा खालावलेला असतो आणि जेव्हा शांत असता, तेव्हा तो उंचावलेला असतो.

आंद्रे जॅकसन

७२०) विचार करायला वेळ द्या आणि जेव्हा वेळ येईल तेव्हा विचार करण बंद करून कामाला लागा.

मारियन सी. कॅरेट्टी

७२१) सर्वसामान्य माणसासाठी अशक्य गोष्टी शक्य करण्याचं एकमेव इंधन म्हणजे आईचं प्रेम.

मेरी बी. रे

७२२) आपल्याजवळ केवळ हाच क्षण आहे, जो आपल्या हातामध्ये ताऱ्यांसारखा चमकत आहे.

अल्बर्ट कामूज

७२३) भर थंडीच्या मध्यावर माझ्या लक्षात आलं, की माझ्या आत एक अदृश्य उबदार उन्हाळा आहे.

पर्सी बिश्शे शेली

७२४) जिवंत राहून जगण्याला लोकं आयुष्य म्हणतात. मृत्यू हा एक पडदा आहे. माणूस चिरकाल झोपतो तेव्हा हा पडदा उघडला जातो.

मायकेल सिबेन्को

७२५) भूतकाळात पुन्हा पुन्हा पाहिल्याने एक समस्या येऊ शकते. ती म्हणजे आपलं भविष्यही आपल्या हातातून निसटून जाऊ शकत.

विल्यम हेजलिन

७२६) आपण जितकं काम करतो त्यापेक्षा जास्त काम आपण करू शकतो. आपण जेवढे व्यस्त राहतो, तेवढेच मस्त राहतो.

ॲक्सेल म्युथे

७२७) सगळं स्वत:जवळ ठेवण्याच्या हव्यासापोटी शेवटी गमवावंच लागतं. परंतु, दुसऱ्याला दान केलेली गोष्ट मात्र आठवणीच्या रुपाने कायमस्वरूपी जवळच राहते.

बर्नी सीजेल

७२८) आपली मुलं म्हणजे एक अनमोल ठेवा आहे, याच दृष्टीने कृपा करून त्यांच्याकडे सतत बघत राहा. त्यातून त्यांचा आणि स्वत:चाही मान राखा.

७२९) कोणावर तरी प्रेम करणं हाच जगण्याचा एकमेव मार्ग आहे. ही प्रेमाची देणगीच तुम्हाला अजरामर बनवते.

स्टोनवॉल जॅक्सन

७३०) तुमच्या भयाकडून कधीही सल्ला घेऊ नका.

रिकी लो जोन्स

७३१) एखादी कृती सुंदर स्मृती बनून जाईल, याची त्या व्यक्तीला आधी कल्पना येत नसते.

अर्नाल्ड टॉयन्बी

७३२) जगाचा इतिहास फक्त दोन गोष्टींनी भरलेला आहे. समस्या आणि प्रतिसाद.

स्टीव्हन कोव्ही

७३३) व्हिक्टर फ्रँकलच्या शिकवणीप्रमाणे आयुष्य हा एक यज्ञ आहे. केवळ व्यवसायातील प्रगतीपट नाही.

ऑग मॅन्डिनो

७३४) मिळालेल्या प्रेमाची जिवापाड जपणूक करा. तुमची संपत्ती तुमचं आरोग्य जरी नष्ट पावलं; तरी ते प्रेम मात्र जिवंत राहील.

विल्यम बलटर यीट्स

७३५) शिक्षण म्हणजे बादलीत पाणी भरणं नव्हे, तर अग्नी प्रज्वलित करणं, हाच शिक्षणाचा खरा अर्थ.

गॅलिलिओ

७३६) तुम्ही दुसऱ्याला नव्यानं असं काही शिकवू शकत नाही, परंतु त्यांच्यामध्येच दडलेलं ज्ञान शोधण्यात तुम्ही केवळ त्यांना मार्गदर्शन मदत करू शकता.

थॉर्नटन विल्डर

७३७) अपरिहार्य गोष्टींपुढे मी फक्त नतमस्तक होतो, एवढंच नाही, तर त्यामुळे मला बळ मिळतं.

लेस गिब्लीन

७३८) तुमच्या चेहऱ्यावर तुम्ही कधीही हास्य उमटवत नसाल, तर तुमची तुलना बँकेत करोडो रुपये जमा असूनही चेकबुक नसणाऱ्या माणसाबरोबरच होऊ शकते.

लिओ बुसकागनियास

७३९) एखादा साधासा स्पर्श, एखादी छोटीशी स्मितरेषा, दुसऱ्याचं काहीतरी ऐकून घेण्याची तयारी, अतिशय प्रामाणिकपणानं केलेले कौतुक, दुसऱ्याची काळजी घेण्यासाठीची एखादी छोटीशी कृती या सगळ्या गोष्टीतली ताकद आपण काही वेळा क्षुल्लक मानतो; पण त्यामध्ये आयुष्याला कलाटणी मिळण्याइतकी अंतर्गत शक्ती असते!

वॉल्ट स्टेटिफ

७४०) लहान मुलांच्या दृष्टीने जगात फक्त सात आश्चर्ये नसतात, तर ती सात दशलक्ष इतकी असतात.

व्हर्नन हॉवर्ड

७४१) आयुष्यात तुम्ही जेव्हा यशस्वी होता; तेव्हा ज्याची खरोखरच गरज असते, ते सर्व तुम्हाला मिळालेलं असतं.

स्वीडिश म्हण

७४२) ज्यांना गाण्याची इच्छा असते, त्यांना नेहमीच गाणं सापडत.

रॉबर्ट शुलर

७४३) प्रेमळ माणसांच्या सहवासात नेहमीच चमत्कार घडतात.

अर्नाल्ड बेनेट

७४४) पालक नेहमी मुलांना शिक्षण देतात; परंतु मुलंही पालकांना काहीतरी शिकवतात, ते पालकांनी शिकलंच पाहिजे. मुलं बरंच काही शिकवतात.

फ्रेडरिक फिलिप्स

७४५) आयुष्यात अचानक बसणारे धक्के आणि संधी यातील फरक जाणणं खूपदा कठीण होऊन बसतं.

ज्युलिया कॅमरान

७४६) आपण स्वत: म्हणजे एक निर्मिती आहोत. त्यामुळेच आपण सर्जनशीलतेतून नवीन निर्मिती केली पाहिजे.

पर्लबले

७४७) सत्याला सामोरे गेल्याशिवाय स्वत:चा शोध लागत नाही.

जेनेट लि

७४८) मुलांचे केस पिकू लागले, तरी तुमच्यासाठी ती लहान मुलंच राहतात.

इसाप

७४९) दयाळूपणाचे छोटेसेही कृत्य कधी वाया जात नाही.

चार्ल्स डडले वॉर्नर

७५०) स्वत:ची मदत केल्याखेरीज कोणीही दुसऱ्याच्या मदतीला धावून जाण्याचा मनापासून प्रयत्न करत नसतो, हाच माणसाच्या आयुष्याचा अप्रतिम समतोल आहे.

हेन्री डेव्हिड

७५१) कामामध्ये व्यस्त असणं महत्त्वाचं नाही. कारण व्यस्त तर मुंग्यासुद्धा असतात. तुम्ही कोणत्या कामामध्ये व्यस्त आहात, हे सर्वांत महत्त्वाचं आहे.

लॉर्ड चेस्टरफिल्ड

७५२) तुम्ही तुमच्या मिनिटांची काळजी घ्या, तास स्वत:ची काळजी स्वत:च घेतील.

फीन्ड

७५३) माझ्याकडे वेळ नाही या तीन शब्दांनी यश आणि अपयश यांच्यामधली रेषा बनलेली आहे.

बाल्ट सर ग्रेसियन

७५४) मूर्ख माणूस जी गोष्ट सगळ्यात शेवटी करतो, तीच गोष्ट बुद्धिमान माणूस त्वरित करतो. खरं तर दोघंही एकच काम करतात, पण वेगवेगळ्या वेळी.

दिना शोर

७५५) अडचणी आयुष्यात येतच असतात; पण त्या तुम्ही दुसऱ्याबरोबर वाटून नाही घेतल्यात, तर जो कोणी तुमच्यावर प्रेम करतोय, त्याला तुमच्यावर आणखीन पुरेसं प्रेम करण्यासाठी तुम्ही संधी देत नाही.

ऑगस्ट रेडिन

७५६) जर तुम्ही तुमच्या वेळेचा उपयोग हुशारीने केला, तर तुमचा कोणताच वेळ वाया जात नाही.

युली डेरिकसन

७५७) प्रत्येक व्यक्तीला हृदय असतंच हे मी मान्य करतो; पण तुम्ही जर या हृदयाला समजून वागलात, तर फार मोठा सकारात्मक परिणाम साधू शकता.

हर्मन मेल्विन

७५८) आपण कधीच स्वत:साठी असं जगूच शकत नसतो, कारण आपल्या माणसांशी आपण हजारो धाग्यांनी बांधले गेलेले असतो.

कार्ल युंग

७५९) इतरांच्या ज्या गोष्टीचा आपल्याला राग येतो, त्या स्वत:ला समजून घेण्यासाठी मार्गदर्शन करू शकतात.

जोहान वोफगँग वॉन गोथे

७६०) जर तुम्ही एखादी गोष्ट वाईट आहे असे म्हणालात, तर तुम्ही त्याबाबत फार काही करू शकत नाही आणि जर तुम्ही एखादी गोष्ट चांगली आहे असे म्हणालात, तर तुम्ही त्याबद्दल खूप काही करू शकता.

७६१) राजा असो वा एखादा खेडूत, आपल्या घरात ज्याला शांती लाभते, तोच जगातील सर्वांत आनंदी माणूस असतो.

७६२) आज उगवलेल्या दिवसाइतकं महत्त्वाचं असं दुसरं काही नसतं.

बर्था व्हॉन सटनर

७६३) प्रेम करणं या क्रियापदानंतर मदत करणं हेच जगातलं सर्वांत सुंदर क्रियापद आहे.

कैसर न्यूज

७६४) बालसदृश्य आश्चर्यातूनच सर्जनशील प्रौढत्व प्रतीत होते.

आफ्रिकन म्हण

७६५) शब्दांपेक्षा कृतीला जास्त मोल असतं.

फिलीस डिलर

७६६) हास्याची कमान सगळ्या गोष्टींना सरळ करते.

एलिझाबेथ बिबेस्को

७६७) थोर व्यक्ती त्यांच्यावर कोणी केलेल्या उपकाराचे कायम ऋणी राहतात, पण त्यांनी कोणावर केलेले उपकार मात्र ते स्मरणातून काढून टाकतात.

जीन डी. ला. फॉन्टेन

७६८) माणूस आपली नियती चुकविण्यासाठी जो मार्ग स्वीकारतो, त्याच मार्गावर अनेकदा त्याची नियतीशी गाठ पडते.

विल्सन मिझ्नर

७६९) नशिबाबाबत एकच गोष्ट अगदी खात्रीलायकपणे सांगता येते, ती म्हणजे नशीब बदलू शकतं.

अल्बर्ट कॅमस

७७०) कडाक्याच्या थंडीत मी शेवटी एकदाच शिकलो, की माझ्या आत एक अजिंक्य ऊब आहे.

मिग्नन मॅक्लॉलिन

७७१) तुम्हाला एका क्षणाकडून दुसऱ्या क्षणाकडे घेऊन जाणारे धैर्य सर्वांत जास्त महत्त्वाचे असते.

फिलिस ड्रायडेन

७७२) जीवन, प्रेम व हास्य, आपल्या मुलांना देण्यासाठी किती अनमोल भेट आहे ही.

जॉन ड्रायडेन

७७३) प्रेमामध्ये महिने तासासारखे जातात, वर्षे दिवसांसारखी भुर्रकन उडतात आणि प्रत्येक विरहाचा क्षण मात्र युगांसारखा वाटतो!

हग डाऊन्स

७७४) आनंदी माणूस म्हणजे असा माणूस नाही, जो एका विशिष्ट अशा परिस्थितीत राहतो; पण असा माणूस ज्याच्याकडे त्याच्या वृत्तींचा एक विशिष्ट ठेवा असतो.

द टॅलमड

७७५) कोण खरा श्रीमंत? आपल्या वाटेला आलेलं आयुष्य आनंदाने जगणारा.

पॉल बॉयस

७७६) क्षमा आपला भूतकाळ बदलू शकत नाही, परंतु आपलं भविष्य मात्र उज्ज्वल बनवते.

पी. डब्ल्यू. लिचफिल्ड

७७७) माणसाला स्वत:च्या वेळेचं पूर्ण महत्त्व तेव्हाच कळतं, जेव्हा त्याच्याकडे खूप कमी वेळ उरलेला असतो. मनुष्याच्या जीवनातील कार्यक्षम वर्षे हीच मनुष्याची सर्वांत मोठी संपत्ती होय.

नेल्सन बॉस्वेल

७७८) एक साधा पण शक्तिशाली नियम आहे. लोकांना त्यांच्या अपेक्षेपेक्षा जास्त द्या.

एडवर्ड इ. हल

७७९) मी जरी प्रत्येक गोष्ट करू शकलो नाही, तरी मी काहीतरी करू शकतो. मला येणारी कुठलीही गोष्ट करायला मी मागेपुढे पाहणार नाही.

मार्था ग्रॅहम

७८०) तुमच्यातील चैतन्य, जीवनशक्ती तुमच्या कृतीतून प्रतीत होत असते. ही तुमची प्रेरणा असल्यामुळे ती अद्वितीय आहे.

मेरी एंजलब्रेट

७८१) तुम्हाला एखादी गोष्ट आवडत नसेल तर बदला, तुम्ही ती बदलू शकत नसाल, तर त्या गोष्टीवर विचार करण्याचा तुमचा दृष्टिकोन बदला!

आरनॉल्ड श्वार्झनेगर

७८२) माझ्यासाठी जीवन म्हणजे केवळ जगणं किंवा जिवंत राहणं नाही, तर जीवन म्हणजे सतत जिंकायची, नवनवीन गोष्ट साध्य करण्याची आणि सतत पुढे जाण्याची भूक आहे.

७८३) धडपड केल्याने सामर्थ्य वाढतं. कठीण काळातून जात असताना, आपण हार पत्कारायची नाही असं जेव्हा तुम्ही ठरवता, तेव्हा ते तुमचं सामर्थ्य असतं.

जेफ केलर

७८४) ज्या व्यक्ती सतत पैसे नसल्याबद्दल बोलत असतात, त्या बहुतेक वेळा पैसा साठवण्यात कमी पडलेल्या असतात.

७८५) तुमच्या मनात ज्या प्रतिमा आहेत, त्यावर फक्त तुमचाच ताबा आहे.

७८६) प्रतिकूल परिस्थितीत तुमच्यातील सुप्त क्षमता दिसून येतात.

लुईसा मे अलकॉट

७८७) मी वादळाला घाबरत नाही, कारण त्यातून माझी नाव कशी पार करायची, हे शिकायला मिळतं.

चार्ल्स डार्विन

७८८) ज्या व्यक्तीला स्वत:च्या जीवनाची किंमत नाही, तीच व्यक्ती आयुष्यातील एक तास वाया घालावण्याचं दु:साहस करू शकते.

एरिक फ्रॉम

७८९) अमाप संपत्तीची साठवणूक करणारी व्यक्ती खऱ्या अर्थाने श्रीमंत नसते, तर जी व्यक्ती आपल्याजवळची संपत्ती दुसऱ्यांना वाटून देते, ती खरी श्रीमंत होय.

७९०) माणसाने त्याच्या शक्तीला अभिव्यक्त करून त्याच्या जीवनाला अर्थ दिल्याशिवाय जीवनाला काही अर्थच नसतो.

शेला कॅसिडी

७९१) हे जग म्हणजे कणखर माणसं आणि कमकुवत माणसं यात विभागलेलं वगैरे नाही. कणखर म्हणजे जे दुसऱ्यांची काळजी घेतात आणि कमकुवत म्हणजे ज्यांची काळजी घ्यावी लागते, असे काही दोन वेगळे भाग नाहीत. कारण आयुष्यात प्रत्येकाच्या वाट्याला या दोन्ही गोष्टी येतातच का? तर ते आपल्या फायद्याचं असतं म्हणून नव्हे, तर तसं ते घडतंच!

हॅरिएटर बीचर स्टोव्ह

७९२) तुम्ही जेव्हा एखाद्या कठीण परिस्थितीत सापडता, सगळंच जेव्हा तुमच्या विरोधात घडू लागतं, तेव्हा तुम्हाला असं वाटतं, की आपण यापुढे तग धरू शकणार नाही; तोच क्षण असतो, तीच जागा असते, जेव्हा भरती परत फिरते.

सुसान सरांडन

७९३) मुलं तुमच्यासाठी नवीन जग निर्माण करतात.

चिनी म्हण

७९४) तुमच्या हृदयात सतत एक हिरवेगार झाड असू द्या, म्हणजे कदाचित एखादा गाणारा पक्षी येईल.

७९५) मी जेव्हा दुसऱ्या एखाद्याला खड्ड्यातून बाहेर काढतो, तेव्हा त्याच खड्ड्यात मी माझ्या सर्व विवंचना गाडतो.

सॅली कोच

७९६) दुसऱ्याला मदत करण्याच्या मोठ्या संधी क्वचितच पुढ्यात येतात; पण छोट्या-छोट्या संधी मात्र आपल्याभोवतीच असतात.

विलहेम बुश

७९७) वडील होणं फारसं कठीण नाही; पण वडीलपण निभावणं कठीण.

डॅनियल वेबसर

७९८) मन ही सगळ्या गोष्टींची कळ आहे, मानवी विचार ही अशी प्रक्रिया आहे, की जी मानवाच्या सगळ्या हेतूंना साध्य करते.

जिनाला डी बुयर

७९९) वेळ वाया घालवणारे लोकच सर्वांत आधी वेळ कमी असल्याची तक्रार करत असतात.

नेव्हिल गोडार्ड

८००) पश्चात्ताप करण्यात एकही क्षण वाया घालवू नका. कारण पूर्वीच्या चुकांबद्दल विचार करत राहणे म्हणजे स्वत:ला संसर्ग होऊ देण्यासारखे आहे.

८०१) तुम्हाला जे हवे आहे, ती तुमची इच्छा कायम मनात धरून ठेवा. अशा पद्धतीने जणू ती गोष्ट आताच तुमची झाली आहे. तुमची इच्छा नक्कीच फळास येईल.

लुई बी. स्मिड्स

८०२) क्षमा केल्यास तुम्ही एका कैद्याला मुक्त करता आणि त्याच वेळी तुम्हाला जाणवतं, की तो कैदी म्हणजे तुम्ही होतात.

ओव्हिड

८०३) रडल्यामुळे बरं वाटतं; दु:खाचं समाधान होतं आणि अश्रूबरोबर ते वाहून जातं.

८०४) खरोखर, खुशाल येऊ दे रडू! रडण्यातूनच आपण संतापाला, क्रोधाला वाट करून देतो आणि काबूत ठेवू शकतो. अश्रू हे अगदी हृदयाच्या गाभ्यातून एखाद्या प्रवाहाप्रमाणेच वाहतात.

८०५) कोणताही भार आनंदाने उचलला, की तो हलका होतो.

द वंडर इयर्समधून

८०६) आठवणी तुमच्या प्रिय गोष्टी धरून ठेवण्यासाठी असतात. त्या गोष्टी तुम्हीच असता, कधीच गमावू नयेत अशा!

अँथनी रॉबिन्स

८०७) मी ज्या गोष्टीला माझ्या जाणीवपूर्वक विचारांद्वारे शक्ती देत नाही, त्या गोष्टीशिवाय इतर कोणतीच गोष्ट माझ्यावर सत्ता गाजवू शकत नाही.

८०८) तुम्ही सतत जे बोलत असता, त्यातूनच तुमचं दैव आकाराला येत.

मार्टिन वॉल्श

८०९) दुसऱ्यामधील चांगुलपणा शोधलात, तर स्वत:मधल्या चांगुलपणाचा शोध लागतो.

विल्यम फिदर

८१०) इतरांनी आशा सोडून दिल्यावरही चिकाटीने प्रयत्न करत राहणं, हाच यशाचा खरा मार्ग आहे.

आर्ट लिंकलेटर

८११) गोष्टी जशा बदलतील तशा स्वीकारून, त्यातून उत्तम तेच साध्य करणाऱ्या लोकांच्या बाबतीत गोष्टीही उत्तमच घडतात.

मादाम क्यूरी

८१२) घाबरण्यासारखं आयुष्यात काहीही नाही. ते फक्त समजून घ्यावं.

डॉ. अल्बर्ट एलिस

८१३) लोक किंवा गोष्टी आपल्याला अस्वस्थ करीत नसतात, तर ते आपल्याला अस्वस्थ करू शकतात, असा विश्वास बाळगून आपणच आपल्याला अस्वस्थ करीत असतो.

इपिक्युरिअस

८१४) आनंद देणाऱ्या गोष्टींचा आपण उपभोग घेतला पाहिजे. कारण अशा गोष्टी आहेत, तरच आयुष्याला अर्थ आहे आणि जर त्या नसतील, तर त्या मिळवण्याकरिता आपण सर्वतोपरी प्रयत्न केले पाहिजेत.

गेल गुडवीन

८१५) काही गोष्टी आपल्या आयुष्यात येतात त्या खरोखर चमत्कार म्हणून, त्यांच्या स्वतःच्या पद्धतीनंच! तुमच्या नव्हे आणि कायम राहतात किंवा नाहीशा होतात, त्याही त्यांच्या पद्धतीनं.

स्कॉट हॅमिल्टन

८१६) आयुष्यातले एकमेव अपंगत्व म्हणजे वाईट प्रवृत्ती.

पाब्लो पिकासो

८१७) प्रेरणा अस्तित्वात आहे, पण ती आपल्या कामातूनच मिळते.

डॉ. फॅड

८१८) लोक नेहमीच म्हणतात, सर्व मोठ्या संधी लोकांनी कधीच पटकावल्या आहेत. खरं तर जग दर सेकंदाला बदलते. दर क्षणाला संधीचा सर्व दिशांनी वर्षाव करते. त्यातच तुमची संधीसुद्धा असते.

हॅवेलॉक एलिस

८१९) धरून ठेवणं आणि सोडून देणं या दोन्हींमध्ये सुवर्णमध्य साधता येणं म्हणजे आयुष्य समृध्दपणे जगणं होय.

माईक डॉबर्टिन

८२०) स्त्रीच्या हृदयामध्ये प्रवेश मिळविण्याआधी पुरुषाने स्वत:च्या हृदयातील नाजूक भावनांचा शोध घेतला पाहिजे.

बी. सी. फॉर्ब्स

८२१) तुमच्या शरीराची चण व मेंदूची आकलनशक्ती किती आहे, त्यापेक्षा हृदयाची क्षमता किती आहे, हे महत्त्वाचे आहे.

सोफोक्लेस

८२२) फसवणूक, लबाडी करून यश मिळवण्यापेक्षा मानाने हार स्वीकारणं हेच योग्य असतं.

टिमोथी फेरीस

८२३) कधीतरी हा जणू रोग आहे. जो तुमच्या स्वप्नांना तुमच्याबरोबरच थडग्याकडे नेतो.

टीम रॉबिन्स

८२४) एक गंभीर प्रश्न नेहमी पडलेला असतो, तो म्हणजे प्रेम टिकवायच कसं?

सर चार्ली स्पेन्सर चॅपलीन

८२५) हसण्याशिवाय दिवस म्हणजे दिवस वाया घालवणे.

टार्केटन

८२६) जिंकणं याचा अर्थ पराभवाला न घाबरणं

जॉन डी. रॉकफेलर

८२७) मी प्रत्येक अरिष्टाचं संधीत रुपांतर करण्याचा प्रयत्न केला.

युजेनिया प्राईस

८२८) छोट्या छोट्या गोष्टी आवर्जून करत राहिल्याने आयुष्य संपन्न होतं.

थॉमस कॅम्पबेल

८२९) दुसऱ्याच्या हृदयात स्थान मिळवण्यासाठी आपण मरायची आवश्यकता नसते.

८३०) हृदयात राहण्यासाठी आम्ही असं काही मागे ठेवतो, की ज्याला मृत्यू नसतो.

जोसेफ कॅम्पबेल

८३१) स्वतः:च्या सुरक्षिततेचा विचार प्रामुख्याने सोडून दिला, तरच आपल्या सद्सद्विवेक बुद्धीत मौलिक बदल होईल.

८३२) तुमच्यामध्ये असलेल्या धाडसाला तुम्ही मनापासून होकार देता का?

डॉ. कार्ल मेनिन्जर

८३३) शिक्षक काय शिकवतात यापेक्षा एक व्यक्ती म्हणून ते कसे आहेत, हे अधिक महत्त्वाचे असते.

८३४) प्रेम ही गोष्ट अशी आहे, की जी माणसासाठी मोठं औषध आहे. दोन्ही माणसांसाठी! जे देतात त्यांच्यासाठी, तसंच जे घेतात त्यांच्यासाठीही!

मॅकियावेली

८३५) जो काळाची पावलं ओळखून त्यानुसार वागतो आणि आपल्या योजना आखतो, तोच यशस्वी होतो, कालबाह्य कल्पनांना चिकटून बसणारा कधीच यशस्वी होत नाही.

सिसेरो

८३६) ग्रंथ थोडे असले, तरी ते उत्तम असावेत.

८३७) प्रत्येकाजवळ आपले अंत:करण उघडे करू नका.

८३८) माणसाला मिळालेली त्याची सर्वांत लाडकी देणगी म्हणजे त्याची मुलं! हीच मनुष्याची भविष्यकाळातली सर्वांत सुंदर तरतूद म्हणता येईल.

८३९) आळस म्हणजे मी एक प्रकारची आत्महत्याच समजतो, कारण आळशी माणसामधील माणूस मरून जात असतो, त्याच्यामध्ये जिवंत राहिलेली असते ती फक्त पशुता.

८४०) इतर वक्ते जो विषय एवढ्या सरळसोट व बुळबुळीतपणे मांडतात, तो निष्णात जाहीर वक्त्याने आपले भाषण यशस्वी होण्यासाठी प्रभावशाली आणि आकर्षकपणे मांडलाच पाहिजे.

जेम्स रॉबिन्सन

८४१) अज्ञान आणि अनिश्चितता यामुळे भीती उत्पन्न होते.

स्पॅनिश म्हण

८४२) मित्राअभावी जीवन म्हणजे पुराव्याअभावी मृत्यूच होय.

जेम्स केलर

८४३) तुम्हाला भेटणाऱ्या प्रत्येक व्यक्तीला मानाची, आदराची वागणूक द्या.

८४४) पहिलं पाऊल हे प्रत्येकाला दुसऱ्या पावलाशी जोडतं.

विल्यम फॉकनर

८४५) स्वतः:च्या क्षमतेपेक्षा किंवा सहनशक्तीपेक्षा माणूस खूप जास्त काम करतो किंवा कामासाठी कारणीभूत होतो. यातूनच त्याच्या लक्षात येते, की कोणतेही काम अंगावर घेऊ शकतो.

बरुच स्पिनोझा

८४६) अशी कोणतीच आशा नसते, ज्यात भीती मिसळलेली नाही आणि अशी कोणतीच भीतीही नसते, ज्यात आशा मिसळलेली नाही.

लेडी हॉलंड

८४७) तुम्हाला होणारे त्रास लहान बालकांसारखे असतात. त्याचं जेवढं संगोपन कराल, तेवढे ते जोमाने वाढतील.

जे. जी. हॉलंड

८४८) देवाने प्रत्येक पक्ष्यासाठी अन्नाची व्यवस्था केलेली असते. पण तो ते अन्न त्याच्या घरट्यात नेऊन टाकत नाही.

बेन स्टेन

८४९) कोणतीही गोष्ट आपोआप घडत नसते. तुम्हाला हवं ते सगळं मिळविण्यासाठी तुम्हाला कष्ट करायचे आहेत, हे लक्षात ठेवा.

मारी क्युरी

८५०) आयुष्यात अशी कोणतीही गोष्ट नसते ज्याला आपण घाबरावं. ती गोष्ट केवळ समजून घ्यायची असते.

रॉझिटर वर्दिंग्टन रेमंड

८५१) जीवन हे शाश्वत असतं, तर प्रेम अमर असतं आणि मृत्यू म्हणजे केवळ एक क्षितिज असते आणि क्षितिज म्हणजे दुसरं तिसरं काही नसून, केवळ आपल्या दृष्टीची मर्यादा असते.

सेंट ऑगस्टिन

८५२) चमत्कार घडणं हे निर्सगाला धरूनच असतं, नैसर्गिकच असतं, परंतु मनुष्यजातीला निसर्गाचं अपुरं ज्ञान असल्यामुळे तो चमत्कार वाटतो एवढंच!

डोरोथी बर्नार्ड

८५३) धैर्य म्हणजे भीतीने म्हटलेली प्रार्थना.

एक म्हण

८५४) भीती आणि धैर्य ही भावंडं आहेत.

ओस्वाल्ड ॲव्हरी

८५५) जेव्हा तुम्ही खाली पडाल, तेव्हा काहीतरी उचलत राहा.

सेंट फ्रान्सिस ऑफ असिसी

८५६) दानशूर वृत्तीमुळेच आपला आनंद द्विगुणीत होत असतो.

जॉन क्रुडेल

८५७) मुलांच्या मते प्रेमाची व्याख्या म्हणजे त्यांना वेळ देणे.

बहा अल्ला

८५८) खऱ्याखुऱ्या सेवाभावनेने केलेले कोणतेही काम म्हणजेच खरी ईश्वरभक्ती होय.

रॉजर फेडरर

८५९) महत्त्वाचे असणे चांगले आहे. पण चांगले असणे जास्त महत्त्वाचे आहे.

आर. एच. डेलानी

८६०) जिथे पूल नसतात, तिथे फक्त प्रेमच पूल निर्माण करू शकतं.

बिल गेट्स

८६१) तुम्हाला एखादी चांगली कल्पना सुचली, की लगेच ती अमलात आणण्यासाठी कृती करा.

डॉ. वॉल्टर स्टेपल्स

८६२) जगाला बदलण्यासाठी तुम्हाला त्याचे आकलन एका वेगळ्या प्रकाशात करायला हवे.

डेब्रा बेन्टन

८६३) आयुष्य हे नातेसंबंधाची मालिका असते आणि व्यवसाय ही सुद्धा नातेसंबंधाची मालिका असते, फक्त ती अर्थकारणाशी जोडलेली असते.

ल्युसिएनो द क्रिसेन्झो

८६४) एकच पंख असणारे, आपण सगळे देवदूत आहोत आणि एकमेकांच्या पंखाचा आधार घेतल्याशिवाय आपण उडू शकत नाही.

पास्कल

८६५) सामान्यत: आपले मन इतरांनी आपल्याला सुचविलेल्या कारणांपेक्षा आपल्याला स्वत:लाच सापडलेल्या कारणांनी अधिक सहजपणे वळवले जाते.

ॲन्टन चेकोव्ह

८६६) माणसाचा जसा विश्वास असतो, तसा तो असतो.

स्टिफन नॅशमेनोविथ

८६७) आपल्या मनातील निरागसता जपणं सर्वांत महत्त्वाचं आहे.

नॉर्वेजियातील म्हण

८६८) ज्या गोष्टीवर आपलं प्रेम असतं, ती नेहमीच सुंदर असते!

थॉमस एच. हक्सले

८६९) आयुष्याची अंतिम इतिकर्तव्यता ज्ञान नसून कृती आहे.

अल्डस हक्सले

८७०) माणसाला दुर्लभ सत्याची प्रचिती सतत चुका केल्यानंतर येते.

ई. सेंट एल्मो ल्युईस

८७१) कृती हा महानतेचा विशेष गुण आहे.

रिचर्ड बाख

८७२) शिक्षण म्हणजे तुम्हाला आधीच ज्ञात असलेल्या गोष्टींचा शोध घेणे. कार्य करणे म्हणजे तुम्हाला माहिती असलेल्या गोष्टी प्रदर्शित करणे. शिकवणे म्हणजे तुमच्या इतकेच दुसऱ्यांना तेवढंच ज्ञान आहे, ह्याची जाणीव करून देणे.

फ्रेड ॲस्टीयर

८७३) काहीतरी भव्यदिव्य करा; पण योग्य ते करा व झोकात करा.

अल्बर्ट श्वाईटझर

८७४) प्रत्यक्ष उदाहरण हेच दुसऱ्याला पटवून देण्याचा एकमेव मार्ग आहे.

गॉर्डान मॅकडोनाल्ड

८७५) शब्दांचा परिणाम जबरदस्त असतो. वडिलांच्या सांगण्याचा ठसा असा उमटलेला असतो, की काही वेळा संपूर्ण आयुष्याची दिशा बदलून जाते. आयुष्यावर त्याचा परिणाम होतो.

इगमार बर्गमन

८७६) वयानं मी जितका मोठा होतोय, तितका मी आईचा विचार जास्त करतोय.

अॅन फ्रँक

८७७) मी फक्त दुःखाचाच विचार करत नाही, तर अजूनही शिल्लक राहिलेल्या सौंदर्याचा विचार करते.

८७८) लोक जगाला सुधारावयास इतके आतुर असतात, की ते क्षणभरही थांबायला तयार नसतात.

टेरी गिलमेटस्

८७९) जर मला एका शब्दात मैत्रीचा अर्थ सांगायचा असेल, तर तो असेल दिलासा.

युडोरा वेल्टी

८८०) तुम्ही तुमच्या दुःखांकडे पाहा किंवा सुखांकडे; तुमच्या मनाची चलबिचल एकसारखीच असते.

सी. सी. स्कॉट

८८१) माणसाचं मन त्याच्यावर आघात करणाऱ्या कोणत्याही गोष्टीपेक्षा जास्त सामर्थ्यवान असत.

ओपरा विनफ्रे

८८२) आपल्या कष्टाला संधी मिळणं म्हणजे नशीब!

बेनेडिक्ट स्पीनोझा

८८३) माणूस जोपर्यंत कल्पना करतो, की तो हे अथवा ते करू शकत नाही, तोपर्यंत तो ते न करण्याचे ठरवतो; तोपर्यंत तो ते करू शकेल हे त्याच्यासाठी अशक्य असते.

विल्यम जेनिंग्स ब्रायन

८८४) नशीब ही काही योगायोगाची बाब नाही. ती एक निवडण्याची बाब आहे, ती वाट पाहण्याची बाब आहे, मिळवण्याची बाब आहे.

व्हिटनी यंग (ज्युनियर)

८८५) येणाऱ्या संधीचा फायदा घेण्यासाठी तयार असलेलं नक्कीच चांगले. उलट संधी येऊनही तिचा फायदा घ्यायची तयारीच नव्हती, असं होणं म्हणजे अगदीच वाईट नाही.

जेम्स थर्बर

८८६) रागाने मागे वळून पाहू नका, तसंच घाबरून पुढे जाऊ नका. तर सावधानतेनं राहा.

चेन जेन

८८७) कुठल्याही आजारावर उपचार करण्याआधी मनावर उपचार करा.

लाओ झू

८८८) कोणत्याही गोष्टीच्या मुळापर्यंत जाण हे विद्वत्तेचे लक्षण आहे.

८८९) तुमच्याकडे जे आहे, त्यात समाधान माना. गोष्टी जशा आहेत, तसाच त्यात आनंद घ्या. कशाचीच कमतरता नाही याची तुम्हाला जेव्हा जाणीव होईल, तेव्हा पूर्ण जगच तुमचं असेल.

मेरी के

८९०) यशामागचं एक रहस्य म्हणजे मार्गात आलेल्या तात्पुरत्या अडचणींनी, संकटांनी हार मानायला तयार नसणे हे होय.

चार्ल्स पोपेलस्टोन

८९१) आजूबाजूच्या परिस्थितीवर कायम नियंत्रण ठेवणं तुमच्या हातात नसतं. पण तुमच्या स्वत:च्या विचारांवर तुमचा ताबा असतो.

ॲलेक्स कॅरस

८९२) कणखरपणा हा आत्म्यामध्ये, मनामध्ये असतो; स्नायूंमध्ये नाही.

ॲनी डिलार्ड

८९३) ध्येयासाठी वाहून घेतलेलं जीवन म्हणजे उच्च प्रतीचं जगणं होय.

ला रॉकफॉकल्ड

८९४) शब्दांच्या निवडीएवढेच वक्तृत्व वक्त्याच्या आवाजातील चढउतार, त्याचे डोळे आणि त्याचा आविर्भाव यामध्येदेखील असते.

एन्सायक्लोपीडिया ब्रिटानिका

८९५) दहापैकी नऊ वाचक एखाद्या खऱ्या विधानाचा शब्दश: अर्थाऐवजी मथितार्थ लक्षात घेतात.

डॉ. फ्रँक केन

८९६) व्यवसायातील यशाचे रहस्य इतरांचे मन कशा प्रकारे वळवायचे यात आहे. या प्रभावामुळेच वकील, दुकानदार, राजकारणी आणि धर्मप्रचारक यशस्वी बनतात.

ह्युबर्ट हम्फ्रे

८९७) अरे मित्रा, जे तुझ्याकडून हिरावलं गेलं आहे, ते महत्त्वाचं नाही. जे उरलं आहे, त्यातून तू काय घडवणार आहेस, ते महत्त्वाचे आहे.

लिओ बुसकॅग्लिया

८९८) चिंता उद्यात लपलेलं दु:ख नाहीसं करत नाही; पण ती आजमध्ये असलेला आनंद घालवते.

वॅलास डी. वॉटलस

८९९) तुम्ही आता जिथे आहात ते आयुष्य शानदारपणे जगा. अधिक चांगले काम करा. त्यानंतर त्याहूनही अधिक चांगली कामं तुम्हाला शोधत येतील. मोठमोठी कामं, मोठ्या गोष्टी तुमच्या हातून घडवून घेण्यासाठी तुमच्यापर्यंत पोहोचण्यासाठी धडपड करतील.

डेमोक्रेटिस

९००) स्वतःच्या चुका स्वतः सुधारणं आणि आधी त्यावर काम करणं हे दुसऱ्यांच्या चुका शोधून सुधारण्यापेक्षा अधिक चांगलं असतं.

नाथॅनियल हॅथॉर्न

९०१) आनंद हा फुलपाखरासारखा असतो. त्याच्या मागे लागलो तर कदाचित तो आपल्या आवाक्यात येत नाही. पण शांतपणे स्तब्ध बसून तो अनुभवला तर आपलं आयुष्य उजळून टाकतो.

एक माओरी म्हण

९०२) सूर्याकडे चेहरा वळवा, सावल्या मागे पडतील.

व्हर्जिनिया वुल्फ

९०३) सत्याला मारण्यापेक्षा कल्पनेतील भुताला मारणं जास्त कठीण असतं.

क्लारा आर्टेगा

१०४) मनुष्यप्राणी हा नेहमीच मृत्यू, भीती आणि चिंता यामुळे भीतीग्रस्त असतो, परंतु वडील या नात्यात मात्र तो मुलांच्या दृष्टीनं त्यांना वाटणारी सर्व प्रकारची भीती, चिंता दूर करण्याचं साधन म्हणून वडील या संकल्पनेचा आश्रय घेतो. जे वडील असं करतात ते योग्यच वागतात.

गेराल्ड जॅमपॉल्स्की

१०५) लोकांची वृत्ती जाणून घेण्यापेक्षा त्यांना क्षमा करून मन:शांती मिळवणं सोपं आहे.

कॅथरिन पॅटर्सन

१०६) भीती वाटणं ही एक गोष्ट झाली; परंतु जेव्हा भीती आपल्याला समूळ हादरवते, तेव्हा ती वेगळी गोष्ट होते.

ॲलिसिया केस

१०७) साधेपणा मला आनंद देतो.

सेंट ऑगस्टाईन

१०८) चमत्कार निसर्गाच्या विरुद्ध नसतात; पण आपल्याला निसर्गाबद्दलच्या माहितीपेक्षा वेगळे असतात.

मारकस ऑरेलियस

१०९) तुम्ही जिवंत आहात. तुम्हाला विचार करता येतो, आनंद होतो, प्रेम करता येते, रोज सकाळी जागे होताना, या सर्व गोष्टी किती विशेष आहेत, याची जाणीव ठेवा.

११०) माणसाचे जीवन तसेच असते, जसे त्याचे विचार बनवतात.

जीन पॉल रिचटर

१११) वडीलं मुलांशी जे काही बोलतात, घरामध्ये गप्पा मारतात ते सगळं काही जगाला ऐकू जात नसतं, परंतु घराच्या वास्तूनं ते ऐकलेलं असतं. ही वास्तू नंतर जे काही कुजबुजते ते पुढच्या अनेक पिढ्यांपर्यंत ऐकलं जातं.

विल्यम एस. बरोज

११२) या अद्‌भुत विश्वात योगायोग नसतात, अपघात नसतात. कुणाची तरी इच्छा असल्याशिवाय काहीच घडत नाही.

थॉमस फुल्लर

११३) मैत्री आनंद द्विगुणित करते, तर दुःख वाटून घेते.

बर्नार्ड गुंथर

११४) प्रथम काहीतरी देऊन मग घेण्यात आनंद आहे.

काल्विन कूलीज

११५) जगामध्ये चिकाटीशिवाय कोणतीच गोष्ट महत्त्वाची नाही. हुशारी नाही, काहीच नाही! अत्यंत हुशार माणसं, अयशस्वी असणं, हे तर कायमचं आहे. खूप बुद्धिमान माणसांना श्रेय न मिळणं, ही तर म्हणच झालीय; पण दीर्घ, कठोर परिश्रम आणि विलक्षण चिकाटी या दोनच गोष्टी आत्यंतिक महत्त्वाच्या आहोत.

हिप्पोक्रेटस्

११६) आपल्यातील नैसर्गिक शक्तीच आपल्याला खऱ्या अर्थाने रोगमुक्त करतात.

एडन फिलपॉटस्

११७) हे जग जादूमय गोष्टींनी भरलेले असून, आपली बुद्धिमत्ता अधिक प्रगल्भ होण्याची प्रतीक्षा ते करीत असते.

डॉ. बर्नी सिगल

११८) तुमच्या पद्धतीनं प्रेम वाटण्यासाठी आयुष्य ही एक फार मोठी संधी आहे.

विल्यम जे. बेन्नट

११९) आयुष्याच्या प्रवासात एकमेकांना मदत करायलाच आपण आहोत.

चार्ल्स हानेल

१२०) शक्ती ही नेहमी आतून असते; पण जोपर्यंत आपण ती देत नाही, तोपर्यंत ती आपल्याला मिळत नाही.

फ्यूदोर दोस्तायव्हस्की

१२१) मानवी अस्तित्वाचा मुख्य नियम म्हणजे अनुकंपा आहे.

जेनेट सूझमन

१२२) आईपण हे मनुष्याच्या आयुष्यातलं सर्वांत भावनिक प्रकरण आहे.

दीपक चोप्रा

१२३) हेतुपूर्ण शब्दांमध्ये जादू सामावलेली असते.

जेरेमी बरोज

१२४) ज्या भावना हृदयापासून व्यक्त होतात, त्या हृदयापर्यंत पोहोचतातच.

जीन बाप्तीस्ट मॅस्यू

१२५) कृतज्ञता म्हणजे सहृदयतेची जाणीव.

बी. सी. फोर्ब्ज

१२६) इतिहासापासून एक लक्षात येतं, की बऱ्याच महान विभूतींना यशस्वी होण्यापूर्वी खूप निराशेच्या क्षणांना सामोरं जाव लागलंय; परंतु ध्येयाकडे त्यांनी कधीच पाठ फिरवली नाही. अपयशानं ते नामोहरम झाले नाहीत. म्हणूनच ते विजयी झाले.

एल्बर्ट ह्युबार्ड

१२७) ज्या माणसाला कुठल्याही अडचणी नाहीत, तो माणूस खेळाच्या बाहेरच.

मार्सेल प्राऊस्ट

१२८) आपल्याला सुखी करणाऱ्या लोकांबद्दल आपण कृतज्ञ असावयास हवे. अशी माणसे उत्तम माळी असतात. ते आपला आत्मा फुलविण्याचे काम करतात.

तेरतुलियन

१२९) मनापासून केलेलं काम हेच आनंदाचं निधान.

सेल्मा सास्किन

१३०) जिथं भावंडं असतात, तिथं धुसफूस असते.

ला रॉशफॉकॉल्ड

१३१) तुम्हाला शत्रू हवे असतील, तर तुमच्या मित्रांवर कुरघोडी करा; पण तुम्हाला जर मित्र हवे असतील, तर तुमच्या मित्रांना तुमच्यावर कुरघोडी करू द्या.

एफ. स्कॉट फिजगेराल्ड

१३२) टिकून राहण्याच्या क्षमतेमध्ये जोम दिसतो असे नाही. पुन्हा सुरुवात करण्यामध्ये तो दिसतो.

ह्योगो बॉल

१३३) प्रतीकात्मक दृष्टीतून प्रतीकात्मक सृष्टी उभी राहते. चिन्हांची भाषा ही नंदनवनाची खरी भाषा असेल का?

होरॅक

१३४) संकटामुळे आपल्यात वसत असलेली बुद्धिमत्ता तेजाळते, स्पष्ट होते. आल्हाददायक परिस्थितीत बुद्धिमत्ता निद्रिस्त राहते.

बर्नार्ड बरुच

१३५) व्यक्त करण्याची क्षमता आणि कल्पना, हे प्रत्यक्ष कल्पनेइतकेच महत्त्वाचे असतात.

एमिला डिकिन्सन

१३६) मी जर एका आयुष्यातलं दु:ख कमी करू शकले, एकतरी पीडा शांत करू शकले, एका निर्बल रॉबीन पक्ष्याला त्याच्या घरट्यापर्यंत जरी पोहोचवू शकले, तरीही माझे आयुष्य सार्थकी लागेल!

मार्शल फॉश

१३७) माझ्याजवळ एक विशेष गुण आहे आणि तो म्हणजे मी कधीही निराश होत नाही.

प्रो. फॉक्सवेल

१३८) मानवी दु:खासाठी कुठलाही रामबाण उपाय नाही. त्याचा बोलबाला हाच त्यासाठी सर्वांत जवळचा मार्ग आहे.

जोहान वोल्फागॅग वॉन गॉथ

१३९) आपल्याला आवडणाऱ्या गोष्टी करणे नव्हे, तर आपल्याला कराव्या लागणाऱ्या गोष्टी आवडीने करणे हेच आपले आयुष्य आनंदी बनविते.

डॉ. निकोलस

१४०) जे लोक फक्त स्वत:चाच विचार करतात, ते मूर्ख व अशिक्षित असतात. त्यांना मध्येमध्ये कितीही टोकले, तरी त्यांचे मी मी संपतच नाही.

विल्यम लेडरर

९४१) प्रेम हे क्वचितच उत्स्फूर्त, तत्काळ निर्माण होणारे किंवा गतिप्रेरक असते. ते उत्पन्न होण्यासाठी बराच काळ जावा लागतो. ते निर्माण होते ते त्यासाठी घेतलेल्या कष्टांतून, विचारांतून समतेचा पुरस्कार करण्यातून, यशस्वी झुंज देण्यातून आणि जुळवून घेण्यातून.

विल रॉजर्स

९४२) आपल्या मुलाबाळांसाठी ठेवलेल्या इस्टेटी किंवा मालमत्ता म्हणजे वडिलोपार्जित संपत्ती नव्हे, तर वडील म्हणून मुलासमोर घालून दिलेलं एखादं उदाहरण हाही एखादा अदृश्य, अमूल्य ठेवा असतो.

जेन रसेल लॉवेल

९४३) मुलं म्हणजे ईश्वराची धर्मप्रसारक असतात. येणाऱ्या प्रत्येक दिवशी ती तुम्हाला प्रेम, शांतता आणि आशा याविषयी शिकवत असतात.

म्युरिअल रुकैसर

९४४) सर्व जग हे सुंदर सुंदर कथांनी तयार झालेलं आहे. अणुपरमाणूंनी नव्हे.

विल्यम ब्लेक

९४५) पारदर्शक दूरदृष्टी ठेवून बघितल्यास प्रत्येक गोष्ट अमर्याद भासते.

हेन्री फ्रेडरिक ॲमील

१४६) ज्या माणसाला स्वत:चे असे अंत:स्थ आयुष्य नसते; तो आजूबाजूच्या परिस्थितीचा गुलाम असतो.

रॉबर्ट क्विलन

१४७) तुमच्याकडच्या सगळ्या मौल्यवान गोष्टी जर तुम्ही मोजल्यात, तर तुम्हाला नेहमी फायदाच होत असल्याचे तुमच्या लक्षात येईल.

जे ब्रदर्टन

१४८) माझ्या मालकीच्या किती गोष्टी आहेत यावरून माझी समृद्धी, श्रीमंती ठरत नाही, तर माझ्या गरजा किती कमी आहेत, यावरून ते ठरते.

हॉरेस

१४९) कामाला योग्य प्रकारे सुरुवात करणं हे अर्ध काम पूर्ण होण्यासारखंच आहे.

झीग झीगलर

१५०) जेव्हा तुम्ही स्वत:च्या बाबतीत कठोर बनता, तेव्हा जीवन सोपे, सहज बनते; जेव्हा तुम्ही स्वत:बाबत सहज होता, तेव्हा जीवन तुमच्यासाठी कठोर होईल.

सारा इ. अँडरसन

९५१) जे सत्य आपल्याला जाणवतं त्याचे अनुसरण करण्यासाठी मोठं धैर्य बाळगावं लागतं. तेव्हाच त्याचा पाठलाग मनापासून करता येतो.

जॉर्ज सॅन्टायाना

९५२) फक्त वसंत ऋतूच्याच प्रेमात निरर्थकपणे पडून राहण्यापेक्षा बदलत्या प्रत्येक ऋतूत रस दाखवणे, ही मनाची जास्त आनंदी स्थिती आहे.

ज्युलिया कॅमरॉन

९५३) आपण स्वत: म्हणजे एक निर्मिती आहोत. त्यामुळेच आपण सर्जनशीलतेतून नवीन निर्मिती केली पाहिजे.

नॉर्मन कझिन्स

९५४) पूर्ण माहीतगार होण्यासाठी पुरेसा वेळ नाही असे म्हणणे म्हणजे मूर्खपणा आहे. विचार करण्यासाठी दिला गेलेला वेळ हा सर्वाधिक वेळ वाचवणारा असतो.

लेडी मेरी वर्टली मॉँटेग

९५५) आयुष्यात अशी कोणतीही परिस्थिती नसेल, की जेव्हा माझ्या प्रिय बहिणीच्या संभाषणानं मला थोडा दिलासा मिळणार नाही.

अल्बर्ट स्वीट्झर

९५६) माणसाने त्याच्या समस्यांबाबत भोवतालच्या परिस्थितीला जबाबदार धरायचे सोडून द्यायला हवे आणि नव्याने पुन्हा एकदा स्वतःची इच्छा व त्याविषयीची व्यक्तिगत जबाबदारी वापरायला हवी.

९५७) यश ही आनंदाची गुरुकिल्ली नाही. आनंद हीच यशाची गुरुकिल्ली आहे.

डॉक्टर जेन कर्टन

९५८) तुमच्या मैत्रिणींबरोबर फोनवर दहा मिनिटं गावगप्पा (गॉसिपिंग) करून, तुमचा जबडा आणि हनुवटी जितकी डौलदार होईल, तेवढी ती प्लास्टिक सर्जरीनं देखील होणार नाही.

लिंडा सनशाईन

९५९) सांताक्लॉजपेक्षाही तुमच्या बहिणीला जास्त माहीत असतं की, तुम्ही केव्हा वाईट वागलात आणि केव्हा चांगलं.

सर थॉमस फुलर

९६०) ज्यांच्या समावेत चिरकाल राहण्याची आपली इच्छा असते, त्याचा सहवास वेळेवर लाभणं हे आपलं भाग्य असतं!

जेम्स ऑर्टी

९६१) प्रेमाची व आस्थेची शक्ती जगाला बदलू शकते.

विल्यम वर्डस्वर्थ

१६२) एखादी छोटीशी, क्षुल्लक, फारशी स्मरणीय नसलेली चांगली कृती ही एखाद्या चांगल्या माणसाच्या आयुष्यातली अमूल्य गोष्ट असते.

१६३) चांगल्या, सज्जन माणसाच्या आयुष्याचा अत्युत्तम भाग म्हणजे त्याच्या छोट्या छोट्या, कुणाला फारशा माहीत नसलेल्या, विस्मरणात गेलेल्या दयाळूपणाच्या आणि प्रेमाच्या कृती.

ॲन्थनी बँड्ट

१६४) इतर गोष्टी आपल्यात बदल घडवून आणत असतीलही; पण आपण जन्मापासून मृत्यूपर्यंत आपल्या कुटुंबाचाच भाग असतो.

सेंट पॉल

१६५) एकाच नियमावर सारे काही आधारित आहे. तुमच्या शेजाऱ्यावर तुमच्या स्वत:इतकेच प्रेम करा.

रेने डेस्कार्टिस तत्त्ववेत्ता

१६६) जेव्हा कोणी मला कमी लेखण्याचा प्रयत्न करतो. तेव्हा मी असे वागणे माझ्यापर्यंत पोहोचू नये, इतकी माझ्या आत्म्याची उंची वाढवतो.

मरियन सी. गॅरट्टी

१६७) वडिलांनी हातात घट्ट धरलेला हात म्हणजे मुलांची सुरक्षितता!

एरिक हॉफर

१६८) तुम्ही एखादा कारखाना सुरू करता, तेव्हा त्याचे आधुनिकीकरण करता. तुम्ही आयुष्य सुरू करता, तेव्हा त्याचे आदिमीकरण करता.

ॲड्रीनी रिश

१६९) आपले आयुष्य परिपूर्ण राहण्यासाठी केवळ शरीरावर नियंत्रण असून भागत नाही, तर भौतिक, नैसर्गिक नियम आणि प्रज्ञा यांच्या हाकेला सुद्धा प्रतिसाद द्यायला हवा.

जॉन लोकी

१७०) निरोगी शरीरात निरोगी मन अशी स्वास्थ्याची थोडक्यात व्याख्या करता येईल. अशा स्वस्थचित्त व्यक्तीला आणखी कशाचीही अपेक्षा नसते.

लि. जे. आयकोका

१७१) तुम्ही स्वतः:ला म्हणायला हवे, जर मी यावर परिश्रम करत राहिलो आणि ही गोष्ट जर खरोखर मला हवी असेल, तर निश्चितपणे ही मला मिळेलच, यालाच चिकाटी म्हटले जाते.

युजीस ग्रेस

१७२) एका वेळी एकच गोष्ट करा आणि ती एकच गोष्ट अशा तऱ्हेने करा, की जणूकाही तुमचे सर्व आयुष्य त्यावरच अवलंबून आहे.

कॅथरीन मॅन्सफिल्ड

१७३) आपण फक्त आपल्या दृष्टिकोनात बदल केला, तर आपल्याला जीवन नुसतंच वेगळे भासत नाही, तर ते वेगळे होऊन आपल्याला सामोरं येतं.

१७४) आपली प्रवृत्ती जर आपण बदलू शकलो, तर आपण आयुष्याकडे वेगळ्या दृष्टीने पाहू; एवढेच नाही, तर आयुष्य स्वत:च वेगळे होऊन जाईल.

मिग्नॉन मॅकलॉग्लिन

१७५) माणसं हाडामांसाची बनलेली असतात आणि त्याबरोबर धैर्य नावाचा एक धागाही असतो.

एम. कॅथलिन केसी

१७६) वेदना चुकवता येत नाहीत; परंतु भोग भोगणं किंवा न भोगणं आपल्या हातात असतं.

डेव्हिड बेन गुरियन

१७७) वास्तववादी विचारसरणी बाळगूनही, प्रसंगी चमत्कारांवरदेखील विश्वास ठेवणं भाग पडत असतं.

आयरिश म्हण

१७८) एकमेकांच्या आसऱ्यानं लोक जगतात.

अर्ल नाईटिंगेल

१७९) आपण परिस्थितीला शरण जाऊ शकतो किंवा तीवर स्वार होऊन स्वत:ला घडवू शकतो.

१८०) तुम्ही ज्याचा विचार करता, तेच तुम्ही बनता.

चार्ल्स डी. गॉल

१८१) भक्कम आंतरिक शक्ती लाभलेली व्यक्ती हसत हसत संकटांना सामोरी जाते. कारण संकटावर मात केल्यावरच त्या व्यक्तीला स्वत:मध्ये दडलेल्या अव्यक्त सामर्थ्याची जाणीव होत असते.

जॅक वुडफोर्ड

१८२) फार थोडे मानवप्राणी दुसऱ्याची स्तुती मन लावून ऐकतात.

क्रिश्चन नेस्टल बॉव्ही

१८३) दयाळूपणा ही अशी एक भाषा आहे, जिचा उपयोग मूक व्यक्तीही करू शकते आणि ती भाषा कर्णबधिर व्यक्ती ऐकूही शकते व समजूही शकते.

जीझस

१८४) जो माणूस विश्वास ठेवतो, त्याच्यासाठी साऱ्या गोष्टी शक्य असतात.

रुमी

१८५) आयुष्यात जे काही कराल ते प्रेमानं करा, त्यातच खरं सौंदर्य सामावलेलं असतं.

१८६) तुम्ही पंख घेऊन जन्माला आला होता, मग आयुष्यभर सरपटताय का?

वीरगिल

१८७) प्रेम सगळ्या गोष्टी जिंकून घेते, मग त्या प्रेमाला आपण सर्वस्व अर्पावं हे उत्तम!

पॉल पी. पार्कर

१८८) लोकांकडून सहकार्य हवे असेल, तर तर्कवादापेक्षा त्यांच्या भावनांचा स्वीकार करा.

एलन ग्रीन

१८९) अचानक ती माझ्या हाताच्या पाळण्यात विसावली. मी आई झाले होते. आता मी गरोदर नव्हते, तर मी आई होते. यापूर्वी चमत्कारांवर मी कधीच विश्वास ठेवला नव्हता.

थॉर्नटॉन वाईल्डलर

१९०) जीवन आणि मृत्यू यांना जोडणारा पूल म्हणजे प्रेम.

व्हिन्स लोंबार्डी

९९१) सामान्य माणसाकडे ताकद किंवा ज्ञानाची कमतरता नसते, तर इच्छाशक्तीची कमतरता असते. हाच यशस्वी आणि सामान्य माणसांमधील फरक आहे.

९९२) जो आनंद निर्मितीमध्ये आहे तो इतरत्र नाही. तुम्ही जगण्यासाठी काहीही करत असला, तरी क्रिएटिव्हिटी हे सोनं आहे.

९९३) जेव्हा लोक आजारी असतात, तेव्हा ते प्रतिसादापेक्षा प्रतिक्रिया जास्त देतात.

डेव्हिड शेवार्टझ्

९९४) यशाच मूल्यमापन हे इंचात, पौंडात, कॉलेजच्या पदव्यांमध्ये किंवा कौटुंबिक पार्श्वभूमीवर होत नाही, तर ते विचार करण्याच्या क्षमतेवर होते.

९९५) घवघवीत यश मिळविण्यासाठी वेळ द्यावा लागतो, चिकाटी ठेवावी लागते.

पेनेलोप लीच

९९६) मुलांवर प्रेम करणं ही एक प्रकारची देवाणघेवाण आहे. जितकं तुम्ही द्याल, तितंक मिळवाल आणि नंतर तितकंच द्यालही!

ख्रिस्तोपर मोर्ले

९९७) समजा, आपल्या मनातलं बोलण्यासाठी आपल्याजवळ फक्त पाचच मिनिटं उरलेली आहेत असं आपल्या लक्षात आलं, तर मला वाटतं सगळे टेलिफोन बूथ मी तुझ्यावर प्रेम करतो, असं अडखळत का होईना सांगण्यासाठी एंगेज्ड राहतील.

जी. के. चेस्टरटॉन

९९८) कोणत्याही गोष्टीवर प्रेम करणे, प्रेम करण्याची प्रक्रिया म्हणजे ते कधीतरी निसटून जाणार आहे, याची जाणीव होणं!

ऑगडेन नॅश

९९९) तुम्ही त्यांना वाढवल्यानंतर, त्यांना शिक्षण दिल्यानंतर ते त्यांच्या छोट्या हातांनी तुम्हाला स्वत:भोवती वेढून घेतात.

डेव्हिड ब्लाय

१०००) तुम्ही जसे आहात तशीच तुमची मुलं बनतील, म्हणूनच तुम्हाला जशी ती व्हावी असं वाटतं, तसे तुम्ही बना.

एलेन ग्लासगो

१००१) कुठलंच आयुष्य एवढंही कठीण नसतं, की तुमच्या त्या आयुष्याकडे बघण्याच्या दृष्टिकोनामुळे तुम्ही ते सोप करू शकणार नाही.

टेरी गिलमेट्स

१००२) जर मला एका शब्दात मैत्रीचा अर्थ सांगायचा असेल, तर तो असेल दिलासा.

जोन्स हेन्री पॉयन्सर

१००३) प्रत्येक गोष्टीवर शंका व्यक्त करणे किंवा प्रत्येक गोष्टीवर विश्वास ठेवणे हे दोन्ही सारखेच पर्याय आहेत; दोन्हींमध्ये आत्मपरीक्षणाची आवश्यकता आहे.

ए. पी. जॅक्स

१००४) निराशावादी व्यक्तीला प्रत्येक संधीत अडचण दिसते, तर आशावादी व्यक्तीला प्रत्येक अडचणीत संधी दिसते.

डॉ. माँटेग्यू

१००५) तुम्ही जे खाता त्यामुळे तुम्हाला पोटाचे अल्सर्स होत नाहीत, तर तुम्हाला जे खाते त्यामुळे ते होतात.

मारिया बर्टन नेल्सन

१००६) माझ्या सर्वोत्तम कामगिरीसाठी, तुझं अस्तित्व सतत माझ्याबरोबर असावं, असं मला वाटतं!

विली नेल्सन

१००७) नकारात्मक विचार टाकून जेव्हा तुम्ही सकारात्मक विचार करू लागता, तेव्हाच तुम्हाला सकारात्मक फळं चाखायला मिळतात.

लिओ झ्यू

१००८) आपल्याकडे कशाचीच कमतरता नाही असे जेव्हा तुम्हाला वाटत असते, तेव्हा सारे जग तुमचेच असते.

रिचर्ड एल् इव्हान्स

१००९) तुम्ही भौतिक गोष्टी मुलांना पुरवल्यात म्हणून मुलं तुमची आठवण ठेवतील, असं नाही; तर तुम्ही त्यांची प्रेमानं काळजी घेतलीत, म्हणून सदोदित ती तुम्हाला स्मरणात ठेवतील.

ग्रँडमा मोझेस

१०१०) आपण ज्या पद्धतीनं आयुष्य बनवतो, तसंच ते बनतं, बनलेलं आहे आणि बनणारही आहे.

गॉथे

१०११) तुमच्या अपेक्षेप्रमाणे तुम्ही जर एखाद्याला वागवलंत तर तो तसाच वागेल, जसा तो तुम्हाला पाहिजे.

सर थॉमस बक्स्टन

१०१२) तुमच्याकडे सामान्य गुणवत्ता असेल परंतु पराकोटीची चिकाटी असेल तर तुम्ही काहीही साध्य करू शकता.

ओरिसन स्वेट मार्टेन

१०१३) स्वत:बद्दल आपल्याला जे मनापासून वाटतं तसेच आपण असतो.

जोनाथन स्विफ्ट

१०१४) इतरांना जे दिसत नाही ते बघता येण्याची दृष्टी असणं ही कला आहे.

वॉल्ट डिस्ने

१०१५) जर तुम्ही स्वप्नं पाहिलीत तर ती तुम्ही प्रत्यक्षात आणू शकाल.

टॉम हॉपकिन्स

१०१६) एखादी गोष्ट वारंवार करा आणि बघा, तुम्ही तसेच घडाल.

वाल्टर एच. कॅटिघॅम

१०१७) गुणवत्तेने आत्मविश्वास उत्पन्न होतो, आत्मविश्वासाने उत्साह उत्पन्न होतो आणि उत्साह जग जिंकतो.

प्लाऊटस इ. स. पूर्व २२५

१०१८) सहनशीलता हा प्रत्येक अडचणीवरील सर्वोत्तम उपाय आहे.

ई. एम. हॅरिमन

१०१९) आणखी थोड्याच प्रयत्नांची आवश्यकता असताना प्रयत्न थांबल्यामुळे, चांगले आणि पूर्णत्वास आलेले बरेच काम नाहीसे होते.

१०२०) भीतीयुक्त डोळ्यांनी भविष्याकडे पाहणे केव्हाही सुरक्षित नसते.

कार्ल यंग

१०२१) दोन चांगल्या व्यक्तिमत्त्वांनी भेटणं हे एखादी रासायनिक प्रक्रिया घडण्यासारखं आहे. जर ही प्रक्रिया योग्य प्रकारे घडली तर दोघांमध्येही आमूलाग्र बदल होतो.

पीटर मार्शल

१०२२) हे देवा, जेव्हा आम्ही चुकतो तेव्हा बदल घडवून आणण्यासाठी आम्हाला राजी कर आणि आम्ही जेव्हा बरोबर असू तेव्हा त्याला चिटकून राहणे आमच्यासाठी सोपे कर.

मेस्टर एकहार्ट

१०२३) आभारी आहे शब्द मुळी तुमच्या संपूर्ण आयुष्यात प्रार्थनेसारखा आहे.

सर आयझॅक न्यूटन

१०२४) लोक एकमेकांना जोडणारे पूल बांधण्यापेक्षा एकमेकांमध्ये अंतर निर्माण करणाऱ्या भिंती बांधून ठेवतात.

गोल्ड मायर

१०२५) ज्या लोकांना आपल्या भावना उघड करण्याची आणि आपला हळवेपणा लोकांच्या नजरेस पडण्याची भीती वाटते आणि जे लोक मनसोक्त, मोकळेपणाने रडू शकत नाहीत, अशा लोकांबद्दल मला फार वाईट वाटते. कारण रडावं कसं हे ज्यांना कळत नाही, त्यांना हसावं कसं, हेही कळत नाही.

इफेसिअन

१०२६) रागवा परंतु दुर्वर्तन करू नका. सूर्याचे तेजही झाकोळून जाईल, इतका तुमचा राग तीव्र नको.

एडमंड बर्क

१०२७) निराश होऊ नका; परंतु जर झालात तर त्या निराशेतसुद्धा कार्यरत राहा.

डॉ. रसेल एच. कॉनवेल

१०२८) सहनशीलतेला तिचे कार्य पूर्णपणे करू द्या.

जॉन बुर्क

१०२९) तुझ्याकरिता व माझ्याकरिता आकाशातून पैशांचा वर्षाव होईल. (जर काम चोख केले, तर त्याचे मोल मिळेलच.)

वॉल्टर विंचेल

१०३०) जेव्हा इतर लोक तुम्हाला सोडून जातात, तेव्हा जो तुमच्याजवळ येतो, तो तुमचा मित्र होय.

रोलो मे

१०३१) व्यक्ती म्हणून आपल्या स्व ची अत्युच्च पातळीवर जाणीव होणे आणि त्याच वेळी दुसऱ्या व्यक्तीत अगदी पूर्णपणे विलीन होणे हाच प्रेमाच्या बाबतीतील विरोधाभास आहे.

जी. के. चेस्टरटन

१०३२) मी असेच म्हणेन की आभार म्हणजे विचारांचा सर्वोच्च नमुना होय आणि कृतज्ञता म्हणजे सुख, समाधान, जे आश्चर्यकारकरीत्या दुप्पट होते.

अल्फोन्स कर

१०३३) गुलाबाला काटे असतात म्हणून काही माणसे नेहमी तक्रार करत असतात; पण काट्यांमध्ये गुलाब असतात, म्हणून मी नेहमीच आभार मानतो.

ब्री ॲबेल

१०३४) दयाळूपणाचं एखादं साधंसच कृत्य किती आनंददायी असू शकतं, ते तुम्हाला आधी कधीच कळत नाही.

अल्बर्ट हबर्ड

१०३५) सकारात्मक अशी कुठलीही गोष्ट, नकारात्मक विचार करण्यापेक्षा नेहमी चांगली असते.

१०३६) निरंतर अज्ञानाचा राजमार्ग आपल्या मतांबद्दल संतुष्ट असणे आणि आपल्या तुटपुंज्या ज्ञानातच समाधान मानणे.

१०३७) मानवजातीच्या राशीला लागलेल्या विलक्षण भ्रमांपैकी एक अत्यंत चमत्कारिक तथ्य म्हणजे, ज्या लोकांची मते आपल्याहून भिन्न आहेत, त्यांच्यापेक्षा आपण मानसिक आणि नैतिकरीत्या वरचढ आहोत, असे समजण्याची प्रवृत्ती.

१०३८) ज्याला तुमच्याबद्दल सर्व काही माहीत असूनही जो तुमच्यावर प्रेम करतो, तोच खरा मित्र.

१०३९) चुका करण्याची भीती वाटणं हीच माणसाची सगळ्यात मोठी चूक आहे.

१०४०) अद्‌भुत गोष्टी घडणं ही एक नैसर्गिक क्रियाच असते. आपण अजूनही ती समजू शकलेलो नाही एवढंच!

डॉ. बरो

१०४१) मूल प्रगती करते, ते त्याच्या स्वतःच्या विकासाच्या नियमांना अनुसरून.

डोडी स्मिथ

१०४२) कुटुंब तो प्रेमाचा ऑक्टोपस, ज्याच्या पायांच्या विळख्यातून आपण कधीच सुटू शकत नाही आणि खरं तर त्यातून सुटायची आपल्या अंतर्मनाची कधी इच्छाही नसते.

डॉ. एल. प्रकाश

१०४३) आपण काही वेळा फार अधीरपणाने वागतो. आपल्याला गोष्टी फार जलद व्हायला हव्या असतात; पण लावलेलं रोप तुम्ही रोजच जर किती वाढलंय म्हणून उपटून बघायला लागलात तर काय होणार!

१०४४) तुम्हाला कितीही पराभूत वाटत असलं तरी लक्षात ठेवा, हा काळ काही आयुष्यभर तसाच राहणार नाही. हार मानू नका.

१०४५) मूर्ख लोक स्वत:च्या अनुभवावरून शिकतात, मला दुसऱ्यांच्या अनुभवावरून शिकायला आवडतं.

रस्टी बर्क्स

१०४६) काही वेळा आयुष्यात अशा काही विचित्र घटनांशी सामना घडतो, की ज्या वेळी आपण कोण आहोत आणि कसे असायला पाहिजे, याची ओळख पटते. ती ओळख आपल्यातल्या अंतर्गत कुवतीसाठी ठिणगी ठरते.

जेम्स क्लियर

१०४७) परिणाम चांगले हवे असतील तर ध्येये, उद्दिष्टे विसरा आणि यंत्रणेवर, ते प्राप्त करण्याच्या पद्धतीवर, उपायांवर लक्ष केंद्रित करा

एव्हलीन लोएब

१०४८) आपण मित्र जोडतो आणि आपण शत्रू करतो; पण बहिणी आपण वारसा हक्कानंच मिळवतो.

वॉल्ट व्हिटमन

१०४९) या ब्रह्मांडाचे सगळे सिद्धांत न चुकता एकाच व्यक्तीच्या दिशेने असतात, ती व्यक्ती म्हणजे तुम्ही.

विल्यम यीटस

१०५०) जेव्हा आपण वाढत असतो; तेव्हा विकसित होत असतो, तेव्हा आपण सुखी असतो.

गॅरी डब्ल्यू फेन्चूक

१०५१) आयुष्यातील आश्चर्य कुतूहलानं जाणून घेण्यासाठी वेळ काढा.

सॅम्युएल बटलर

१०५२) मैत्री ही संपत्तीप्रमाणे असते. शिल्लक ठेवण्यापेक्षा मिळवणे सोपे असते.

मॅथ्यू अरनॉल्ड

१०५३) चांगली वागणूक हा यशोमार्गांचा पहिला टप्पा आहे.

एडविन मार्कहॅम

१०५४) आपण जे काही इतरांच्या आयुष्यात देतो तेच आपल्याकडे पुन्हा येते.

लॉकवूड थॉर्प

१०५५) आत्मविश्वास मिळवण्याचा सर्वोत्तम मार्ग म्हणजे तुम्हाला ज्याविषयी बोलायचे आहे, त्याची तयारी इतक्या उत्तम प्रकारे करणे, की त्यात अपयशाला संधीच सापडणार नाही.

स्टीफन सिग्मंड

१०५६) एका रोपापासून अनेक गोष्टी शिकता येतात. निरनिराळे ताणतणाव सोसल्याशिवाय कोणंतही रोप पुढील आयुष्यात कोणाला काही देणारं उपयुक्त झाड बनू शकणार नाही.

मिल्टन

१०५७) मनाची स्वत:ची एक विशिष्ट अशी जागा आहे. त्यामध्ये स्वर्गाचा नरक बनविण्याची किंवा नरकाचा स्वर्ग बनवण्याची ताकद आहे.

क्लिक क्लॉविन

१०५८) मनाशी स्वप्न बाळगणं हा मूर्खपणा नाही. कुठलं स्वप्नच नसणं हा मूर्खपणा आहे.

मार्क्स ऑरेलिअस

१०५९) आपले विचारच आपले जीवन घडवितात.

लॉर्ड ब्रायन

१०६०) शाईचा एक थेंब लाखो लोकांना विचार करायला प्रवृत्त करू शकतो.

सॅटरडे इव्हिनिंग पोस्ट

१०६१) व्यक्तींचे क्षेत्र कोणतेही असू द्या, चांगली स्मरणशक्ती अमूल्य ठरू शकते.

मायकल डी. मॉन्टेग्यू

१०६२) ज्याची स्मरणशक्ती चांगली नाही, त्याने कधीही खोटे बोलू नये.

एच् ॲडिंग्टन ब्रुस

१०६३) उत्साही स्त्री किंवा पुरुष त्यांच्या संपर्कात येणाऱ्या सर्व लोकांवर लोहचुंबकाप्रमाणे प्रभाव गाजवतात.

ब्राह्मी म्हण

१०६४) कसोटीच्या काळात, कुटुंब हाच सर्वात चांगला आधार असतो.

रॉबर्ट फ्रॉस्ट

१०६५) आयुष्यात मी जे काही शिकलो, ते दोन शब्दांत मी सांगेन. पुढे चला.

मॅरी पिकफोर्ड

१०६६) जरी तुमच्याकडून चुका झाल्या असतील, तरीही तुम्हाला नेहमीच अजून संधी मिळत असते. जीवनाच्या कोणत्याही टप्प्यावरून तुम्ही नवीन सुरुवात करू शकता. कारण खाली पडणं म्हणजे अपयश नाही, तर खाली पडल्यावर पुन्हा न उठता खालीच पडून राहणं म्हणजे अपयश.

स्मायली ब्लाँटॉन

१०६७) प्रेम म्हणजे अशी गोष्ट आहे, की चैतन्याचा तो एक चिरंतन स्रोत आहे, जो आपलं पोषण, संवर्धन करतो; जपणूक करतो. आयुष्यातली ती एक निरंतर गोष्ट आहे.

लिंडा होगन्

१०६८) चालताना काहीतरी खोलवर ऐकायला येतं. अकस्मात माझे पूर्वज माझ्यामागे उभे राहून म्हणतात, स्तब्ध राहा, पाहा आणि ऐक! हजारोंच्या प्रेमाचं फळ म्हणजे तू आहेस.

ॲन्टोनी डी. सेंट-एक्झुपेरी

१०६९) योग्य काय आहे हे आपण आपल्या हृदयाने पाहत असतो; जे आवश्यक आहे ते नजरेपासून अदृश्य असते.

१०७०) प्रेमाचा कधीही शेवट होत नाही.

जॉन ॲडिंग्टन सायमन्डस

१०७१) उदार आणि सकारात्मक अंत:करणाने पेरलेले कोणतेही बीज कधीच नष्ट होऊ शकत नाही.

डॉ. हिल

१०७२) प्रत्येक अपयशात, प्रत्येक प्रतिकूल परिस्थितीत यशाची बीजे रुजलेली असतात.

विला कॅथर

१०७३) अलौकिक प्रेम जिथे असतं, तिथेच चमत्कार घडतात.

सारा ग्रँड

१०७४) आपण लोकांमध्ये काय पाहतो यापेक्षा लोक आपल्याला आपल्या स्वत:मध्ये काय पाहायला मदत करतात, यावरून आपले लोकांबद्दलचे मत बनते.

रॉबर्ट ब्रॉल्ट

१०७५) छोट्या छोट्या गोष्टीत दडलेला आनंद उपभोगा, कारण एक दिवस तुम्ही जेव्हा मागे वळून पहाल, तेव्हा तुम्हाला जाणवेल, की त्या गोष्टी खरंतर मोठ्याच होत्या.

कार्ल शुर्झ

१०७६) आदर्श तारकांसारखे असतात, तुम्ही त्यांना तुमच्या हाताने स्पर्श करू शकत नाही; पण समूहात प्रवास करीत असताना तुम्ही त्यांना तुमचे मार्गदर्शक मानता आणि त्यांच्या मागोमाग जात तुमच्या नशिबापर्यंत पोहोचता.

पेन्नी आणि रिचर्ड क्रेन्ना

१०७७) मानसोपचार पद्धतीसाठी आम्ही एक विलक्षण असा चार अक्षरी शब्द शोधून काढला आहे.

रुथ ॲन शॅबेकर

१०७८) प्रत्येक दिवस स्वत:ची खास भेटवस्तू घेऊनच येत असतो. तुम्ही ती भेटवस्तू उघडून पाहा.

फ्रेडरिक निएत्से

१०७९) ज्याच्याकडे जगण्याचे कारण आहे, असा माणूस कसेही करून बहुतेक सर्व गोष्टी सहन करू शकतो.

डॅनियल वेबस्टर

१०८०) धैर्य हा पुरुषत्वाचा प्रमुख गुणधर्म आहे.

डब्ल्यू. टी. ग्रेनफेल

१०८१) खरा आनंद पैशाने किंवा पुरुषाने केलेल्या स्तुतीने मिळत नाही, तर तो मिळतो काहीतरी अर्थपूर्ण कृत्याने!

मेरी सी. क्राऊ ले

१०८२) दररोज संध्याकाळी मी माझ्या काळज्या देवावर सोपवून देते. तसाही तो रात्रभर जागाच असतो.

एपिक्टस रोम १९ व्या शतकापूर्वी

१०८३) आनंद मिळवायचा एकच मार्ग आहे आणि तो म्हणजे आपल्या ताकदीपलीकडील किंवा इच्छाशक्तीपलीकडील चिंता करणे थांबविणे.

मार्सेलिन कोक्स

१०८४) पालकत्व म्हणजे लग्नापूर्वीच्या स्थितीपेक्षा नंतर एक काळजीवाहू दाई म्हणून काम करणे!

ॲरन राल्स्टन

१०८५) माणसाला खूश व्हायला किती कमी गोष्टी लागतात, नाही का? सुश्राव्य संगीत, मोकळा निसर्ग आणि चिंतामुक्त मन . वा! आनंदी आनंद म्हणतात तो हाच.

जेसी लेन ॲडम्स्

१०८६) देवदूत आपले नशीब आपल्या दारापर्यंत आणून पोहोचवतात किंवा जिथे कुठे त्याची गरज असेल, तिथे नेऊन पोहोचवतात.

होरेस वॉलपॉल

१०८७) जे भावनेवर जगतात, त्यांच्यासाठी हे जग दु:खद आहे; पण जे विचार करतात, त्यांच्यासाठी विनोदी आहे.

क्लाऊड पेपर

१०८८) जीवन हे सायकलवरील रपेटीसारखं आहे. जोपर्यंत तुम्ही पॅडलवर पाय मारत असता, तोपर्यंत तुम्ही पडू शकत नाही.

एमा गोल्डमन

१०८९) प्रेमामध्ये जर मुक्तपणे देवाणघेवाण होत नसेल तर ते प्रेम नसते, तो असतो शुद्ध व्यवहार.

ॲलन आणि बार्बरा पीज

१०९०) देहबोलीला प्रत्यक्ष बोलण्याइतकंच महत्त्व आहे. हे ज्याला कळलं तोच खरा यशस्वी उद्योजक!

पॉल टिलिच

१०९१) प्रेमाचे पहिले महत्त्वाचे कर्तव्य म्हणजे दुसऱ्याचे बोलणे मन:पूर्वक ऐकणे.

कोरीन्थिअन्स

१०९२) प्रेम म्हणजे मालकी हक्क गाजविणे नव्हे.

लॉरेन पइसिली

१०९३) या ग्रहावर जर काही जादू असेलच, तर ती पाण्यातच सामावलेली आहे.

ख्रिस

१०९४) कृतज्ञता म्हणजे श्रीमंती, कुरकूर म्हणजे गरिबी.

ब्रुस लि

१०९५) आयुष्य सोपे करा.

संदर्भग्रंथ

अ. क्र.	पुस्तकाचे नाव	लेखक	प्रकाशक
१	शब्दाचे सामर्थ्य	संपा. राम प्रधान	यशवंतराव चव्हाण प्रतिष्ठान, मुंबई – २१
२	कार्यालयीन देहबोली	ॲलन आणि बार्बरा पीज अनु. रेवती पैठणकर	मंजूळ पब्लिशिंग हाऊस, पुणे – २
३	ॲटोमिक हॅबिटस्	जेम्स क्लीअर अनु. सुदर्शन आठवले	मंजूळ पब्लिशिंग हाऊस, पुणे – २
४	चिंता सोडा सुखाने जगा	डेल कार्नेगी अनु. शुभदा विध्दांस	डायमंड पॉकेट बुक्स, दिल्ली
५	चिकन सूप फॉर द सोल ॲट वर्क	कनफिल्ड हॅन्सन, रुट, रॉजरसन, क्लूस. अनु. शामला घारपुरे	मेहता पब्लिशिंग हाऊस, पुणे – ३०
६	इमोशनल इंटेलिजन्स	डॅनिअल गोलमन अनु. पुष्पा ठक्कर	साकेत प्रकाशन, पुणे – ३०
७	चिकन सूप फॉर पेरेंट्स सोल	जॅक कॅनफिल्ड, मार्क व्हिक्टर हॅन्सन, किंबर्ली किर्बर, रेमंड आनरॉन अनु. प्रज्ञा ओक	मेहता पब्लिशिंग हाऊस, पुणे – ३०
८	द फ्रेण्डशिप फॅक्टर	ॲलन लॉय मॅकागिनिस अनु. डॉ. शकुंतला कोलारकर	साकेत प्रकाशन, पुणे – ३०
९	प्रभावी वक्ता प्रभावी व्यक्ती	डेल कार्नेगी अनु. व्यंकटेश उपाध्ये	साकेत प्रकाशन, पुणे – ३०
१०	मित्र जोडा लोकांवर प्रभाव पाडा	डेल कार्नेगी अनु.शुभदा विध्दांस	मेहता पब्लिशिंग हाऊस, पुणे – ३०

११	स्वत:ला अविस्मरणीय बनवा	डेल कार्नेगी	मेहता पब्लिशिंग हाऊस, पुणे – ३०
१२	यशस्वी लोक कसा विचार करतात	जॉन सी. मॅक्सवेल अनु. सुहास बनहट्टे	मायमिरर पब्लिशिंग हाऊस, पुणे –९
१३	द मॅजिक ऑफ थिकिंग बिग	डेव्हिड श्वार्त्झ अनु. प्रशांत तळणीकर	मेहता पब्लिशिंग हाऊस, पुणे – ३०
१४	स्टुडंट आणि टाइम मॅनेजमेंट	डॉ. विजय अग्रवाल अनु. विद्या अंबिके	मायमिरर पब्लिशिंग हाऊस, पुणे – ९
१५	आवश्यक अशी पाच लोककौशल्ये	डेल कार्नेगी अनु. ॲड. शुभदा विध्दांस	मेहता पब्लिशिंग हाऊस, पुणे – ९
१६	टीचर सिद्यढल्व्हया	ॲश्टॅन वॉर्नर अनु. अरुण ठाकूर	मनोविकास प्रकाशन, पुणे – ३०
१७	चिकन सूप फॉर द सोल	बॅकपेन जोनाथन ग्रीर अनु. डॉ. वसू भारव्दाज	मेहता पब्लिशिंग हाऊस, पुणे – ९
१८	टेड टॉक्स	क्रिस ॲडरसन अनु. प्रसाद ढापरे	मायमिरर पब्लिशिंग हाऊस, पुणे –९
१९	प्रिझनर्स ऑफ अवर थॉटस्	अलेक्स पॅटाकोस अनु. डॉ. विजया बापट	मेहता पब्लिशिंग हाऊस, पुणे – ३०
२०	सेवाभावाचा कळस विनोबा भावे	मंजूषा आमडेकर	रिया पब्लिकेशन, कोल्हापूर – १
२१	थिंक लाईक अ विनर	डॉ. वॉल्टर डायले टेपल्स अनु. पुष्पा ठक्कर.	साकेत प्रकाशन, औरंगाबाद – ५
२२	आनंद तरंग	ग्रेनेच रुबिन अनु. अश्विनी तापकीर कंठी	मेहता पब्लिशिंग हाऊस, पुणे – ३०
२३	फस्ट थिंग फस्ट	स्टिफन आर कवी अनु. प्रसाद ढापरे	मायमिरर पब्लिशिंग हाऊस, पुणे – ९

२४	कार्पोरेट चाणक्य	राधाकृष्ण पिल्लई	जयको पब्लिशिंग हाऊस, पुणे - ९
२५	डायनॅमिक मेमरी मेथडस्	बिस्वरुप रॉय चौधरी	डायमंड पॉकेट बुक्स, दिल्ली
२६	द पॉवर ऑफ युवर सबकॉन्शियस माईंड	डॉ. जोसेफ मर्फी अनु. मंजूषा मुळे	रिया पब्लिकेशन, कोल्हापूर - १
२७	जीवन के अर्थ की तलाश में मनुष्य	व्हिक्टर ई फ्रँकल	वॉव प्रकाशन प्रा. लि., पुणे
२८	चिकन सूप फॉर द सोल	जॅक कॅनफिल्ड, मार्क हॅन्सन	मेहता पब्लिशिंग हाऊस, पुणे - ३०
२९	रहस्य रॉन्डा बर्न	अनु. डॉ. रमा मराठे	मंजूळ प्रकाशन, पुणे
३०	रिचर्ड बँडलर	अनु. प्रसाद ढापरे	मायमिरर पब्लिशिंग हाऊस, पुणे - ९
३१	थिंक अँण्ड रिच ग्रो	नेपोलियन हिल अनु. बाल उर्ध्वरेषे	मंजूळ प्रकाशन, पुणे
३२	चिकन सूप फॉर द सोल भाग ४	अनु. उषा महाजन	मेहता पब्लिशिंग हाऊस, पुणे - ३०
३३	चिकन सूप फॉर द सोल भाग ५	जॅक कॅनफिल्ड/ मार्क व्हिक्टर हॅन्सन, अनु. उषा महाजन	मेहता पब्लिशिंग हाऊस, पुणे - ३०
३४	चिकन सूप फॉर द सोल, भाग २	जॅक कॅनफिल्ड/मार्क व्हिक्टर हॅन्सन, अनु. प्रज्ञा ओक	मेहता पब्लिशिंग हाऊस, पुणे - ३०
३५	चिकन सूप फॉर द सोल, भाग ३	जॅक कॅनफिल्ड/ मार्कव्हिक्टर हॅन्सन, अनु. उषा महाजन	मेहता पब्लिशिंग हाऊस, पुणे - ३०
३६	चिकन सूप फॉर द कपल्स सोल	जॅक कॅनफिल्ड/मार्क व्हिक्टर हॅन्सन अनु. अवंती महाजन	मेहता पब्लिशिंग हाऊस, पुणे - ३०

३७	चिकन सूप फॉर द टिनएज सोल	जॅक कॅनफिल्ड/ मार्क व्हिक्टर हॅन्सन किम्बर्ली किर्बजर अनु. सुप्रिया वकील	मेहता पब्लिशिंग हाऊस, पुणे – ३०
३८	रिच डॅड पुअर डॅड	रॉबर्ट टी. कियोसाकी अनु. अभिजित थिटे	मंजूळ प्रकाशन, पुणे
३९	१०१ यशस्वी लोकांच्या प्रभावी सवयी	क्रिस ल्यूक अनु. नीला वैद्य	मायमिरर पब्लिशिंग हाऊस, पुणे – ९
४०	तुमचं आयुष्य बदलणारी १०० मिनिटे	डॉ. एल. प्रकाश अनु. मंजूषा आर्वीकर	मनोविकास प्रकाशन, पुणे – ३०

www.ingramcontent.com/pod-product-compliance
Lightning Source LLC
LaVergne TN
LVHW010753051026
849532LV00007B/2355

* 9 7 8 9 3 9 5 1 3 9 2 6 7 *